കാശിയിലെ തീർത്ഥ പഥങ്ങൾ

പെരിനാട് സദാനന്ദൻ പിള്ള -
ഡോ. ജഗദീഷ് പിള്ള

ISBN 979-888606453-7

ഗുരുർ ബ്രഹ്മ ഗുരുർ വിഷ്ണു

ഗുരുർ ദേവോ മഹേശ്വരാ

ഗുരു സാക്ഷാത് പരബ്രഹ്മം

തസ്മൈ ശ്രീ ഗുരു വേ നമഃ

ഉള്ളടക്കം

അവതാരിക

പൂയം തിരുനാൾ ഗൗരി പാർവതി ബായി, കവടിയാർ
കൊട്ടാരം, തിരുവനന്തപുരം

കുറച്ചു വർഷങ്ങൾക്ക് മുൻപ് എന്റെ അമ്മയുടെ ചിതാ
ഭസ്മം കാശിയിലെ ഗംഗയിൽ നിമഞ്ജനം ചെയ്യാനായി
ജീവിതത്തിൽ ആദ്യമായി കുടുംബസമേതം എനിക്ക്
കാശിയിൽ പോകാനൊരു സൗഭാഗ്യമുണ്ടായി.

കേട്ടറിഞ്ഞതിനേക്കാൾ അദ്ധ്യത്മികവും,
പൗരാണികവുമായിരുന്നു കാശിയിലെ കാഴ്ചകളും,
അനുഭവങ്ങളും. അവിടെ തന്നെ സ്ഥിര താമസമാക്കുകയും,
നാലു പ്രാവശ്യം ഗിന്നസ് റെക്കോർഡ് ജേതാവുമായ
മലയാളിയായ ഡോ. ജഗദിഷ് പിള്ളയുടെ കാശിയെപ്പറ്റിയുള്ള
ഗവേഷണ വീക്ഷണങ്ങൾ അവിടുത്തെ സാധാരണക്കാർക്ക്
പോലും അറിയാവുന്നതിലും അപ്പുറമായിരുന്നു.
മലയാളികൾക്ക് കാശിയെപ്പറ്റി കൂടുതൽ അറിയാൻ
എന്തുകൊണ്ട് മലയാളത്തിൽ ഇങ്ങനെ ഒരു പുസ്തകം
തയ്യാറാക്കിക്കൂടാ എന്ന് അപ്പോൾ തന്നെ ഞാൻ ജഗദീഷിനോട്
സൂചിപ്പിക്കുകയും ചെയ്തിരുന്നു.

നാവായിക്കുളം നിവാസിയും, ഭാരതത്തിലെ ക്ഷേത്രങ്ങളെക്കുറിച്ച് അനേകം പുസ്തകങ്ങൾ രചിക്കുകയും ക്ഷേത്ര ചരിത്രകാരനുമായ പെരിനാട് സദാനന്ദൻ പിള്ളയും, ഡോ. ജഗദീഷ് പിള്ളയും ചേർന്ന് തയ്യാറാക്കിയ "കാശിയിലെ തീർത്ഥ പഥങ്ങൾ" എന്ന ഈ പുസ്തകം കാശിയെപ്പറ്റി ഇതുവരെ കേട്ടറിഞ്ഞതിനേക്കാൾ കൂടുതൽ അറിവ് പകരാൻ ഏതൊരു മലയാളിക്കും സഹായകരമാകും എന്നതിൽ ഒട്ടും സംശയമില്ല.

കുറച്ചു സമയമെടുത്തെങ്കിലും ഇങ്ങനെ ഒരു പുസ്തകം മലയാള നാടിന് സമ്മാനിക്കാനും, സമർപ്പിക്കാനും വേണ്ടി ഈ സദ് ഉദ്യമത്തിൽ പങ്കെടുത്ത എല്ലാപേരെയും ആയുരാരോഗ്യ സൗഖ്യത്തോടെ ശ്രീ പദ്മനാഭ സ്വാമി അനുഗ്രഹിക്കട്ടെ.

പെരിനാട് സദാനന്ദൻ പിള്ള

പകൽകുറി എം. കെ. കെ. നായർ സ്മാരക കേന്ദ്രം ചെയർമാൻ, പുന്നവിള നവോദയ ഗ്രന്ഥശാല പ്രസിഡണ്ട്, നാവായിക്കുളം മലയാള വേദി രക്ഷാധികാരി എന്നീ നിലകളിൽ കർമ്മ നിരതനായ സാമൂഹിക സാംസ്കാരിക പ്രവർത്തകൻ. 1945 മെയ് 2 ന് കൊല്ലം ജില്ലയിൽ പെരിനാട് ഗ്രാമത്തിൽ കെ. ഗോപാല പിള്ളയുടേയും, കെ. പങ്കജാക്ഷി അമ്മയുടേയും മകനായി ജനനം. നാട്ടിലെ വിദ്യാലയങ്ങളിലും, ശ്രീനാരായണ കോളേജിലുമായി വിദ്യാഭ്യാസം. വെണ്ണായൂർ യൂ. പീ. ബീ സ്കൂളിൽ അദ്ധ്യാപകനായി. മാമ്പുഴ എൽ. പീ. സ്കൂളിൽ ഹെഡ്മാസ്റ്റർ ആയി വിരമിച്ചു.

ഭാരതത്തിലെ മഹാക്ഷേത്രങ്ങൾ, അരങ്ങത്തു തിളങ്ങിയ ആചാര്യന്മാർ, ചട്ടമ്പി സ്വാമികൾ, രാഷ്ട്ര ശിൽപികൾ, ജയ്ഹിന്ദ് തുടങ്ങിയവ പ്രധാന കൃതികൾ. ദി ഗ്രേറ്റ് ടെംപിൾസ് ഓഫ് ഇന്ത്യ, എ പൊട്രൈട്ട് ഓഫ് നേതാജി എന്നിവ മൊഴിമാറ്റം ചെയ്ത കൃതികൾ. ന്യൂഡൽഹി - ഇന്ദിരാ ഗാന്ധി സദ്ഭാവന പുരസ്കാരം, ആറ്റുകാൽ ഭഗവതി ക്ഷേത്രം ട്രസ്റ്റ് - കൃഷ്ണയാന പുരസ്കാരം, കൈതക്കൽ മഹാമുനി പുരസ്കാരം ഉൾപ്പെടെ നിരവധി അംഗീകാരങ്ങൾ. കൂടാതെ ക്ഷേത്ര ചരിത്രകാരൻ എന്ന ബഹുമതിയും ലഭിച്ചിട്ടുണ്ട്.

വിലാസം : നളിന നിവാസ്, വെട്ടിയറ, പീ. ഓ. നാവായിക്കുളം, തിരുവനന്തപുരം - 695 603 (മൊബ : 8943283196).

ഡോ. ജഗദീഷ് പിള്ള

കാശിയിൽ ജനനവും, പക്ഷേ സ്വദേശമായ കേരളത്തിലെ വർക്കലയിലും പിന്നെ കാശിയിലുമായി പഠനം പൂർത്തിയാക്കിയ ശേഷം വിവിധ മേഖലകളിൽ അദ്ഭുതകരമായ നേട്ടം കൈവരിക്കുകയും ചെയ്ത ഡോ. ജഗദീഷ് പിള്ള നാല് ഗിന്നസ് റിക്കോർഡോടെ കേരളത്തിലെ ഏറ്റവും കൂടുതൽ ഗിന്നസ് റിക്കോർഡ് നേടിയ മലയാളിയാണ്. കൂടാതെ അദ്ദേഹം മഹാത്മാഗാന്ധി വിശ്വ ശാന്തി പുരസ്കാര ജേതാവ് കൂടിയാണ്.

സ്വതന്ത്രമായ ജീവിതചര്യയും, ശൈലിയും തിരഞ്ഞെടുക്കുകയും, അതിലെല്ലാം ഉന്നത വിജയം കൈവരിക്കുകയും, നിരന്തരമായി പുസ്തക വായനാ ശീലവും, കാശിയെപ്പറ്റി അഗാധമായി പഠിക്കുകയും, വേദം, ഉപനിഷദ്, ഭഗവദ്ഗീത എന്നീ അദ്ധ്യാത്മ ഗ്രന്ഥങ്ങളിൽ നിന്നും ആധുനിക ജീവിതത്തിന് വേണ്ട ജീവിത മൂല്യങ്ങൾ ചോർന്നെടുക്കുകയും അത് പുതിയ തലമുറയ്ക്ക് പകർന്നു കൊടുക്കുകയും ചെയ്തു കൊണ്ട് തന്റെ സനാതന കർത്തവ്യ നിർവ്വഹണത്തിൽ ഏർപ്പെട്ടുകൊണ്ടിരിക്കുന്നു.

വളരെ ചെറിയ പ്രായത്തിൽ തന്നെ രാജ്യത്തിനകത്തും പുറത്തു നിന്നുമായി അനേകം ബഹുമതികൾ അദ്ദേഹത്തെ തേടി എത്തിയിട്ടുണ്ട്. "The Moments When I Met God" എന്ന പുസ്തകത്തിൽ ജീവിതത്തിൽ ഉന്നതങ്ങളിലേക്ക് കൈ പിടിച്ചുയർത്തിയ ഒരു പാട് ദൈവീക ജീവിതാനുഭവങ്ങൾ അദ്ദേഹം പങ്കു വെച്ചിട്ടുണ്ട്. എഴുത്തുകാരൻ, സംഗീത സംവിധായകൻ, ഗായകൻ, സിനിമ, വേദ പഠനം അങ്ങനെ ഒട്ടനവധി മേഖലകളിൽ പ്രവർത്തിച്ച് വരുന്നു. കാശിയിലെ ബനാറസ് ഹിന്ദു യൂണിവേഴ്സിറ്റിക്കടുത്താണ് സ്ഥിര താമസം.

ഡോ. ജഗദീഷ് പിള്ള

വിലാസം : എൻ-3/75-ആർ-24, പ്രഗ്യാനഗർ കോളനി, സുന്ദർപ്പൂർ, വാരാണസി, ഉത്തർ പ്രദേശ് – 221 005 (മൊബ : 9839093003)

1

കാശി നഗരം

ഭാരതത്തിലെ ഏറ്റവും പ്രസിദ്ധമായ തീർത്ഥാടന കേന്ദ്രമാണ് കാശി. ലോകം മുഴുവനുമുള്ള ഹൈന്ദവരുടെ മനസ്സിൽ നിത്യ സാന്തനമായി പ്രശോഭിക്കുന്ന മോക്ഷ നഗരിയാണിത്. വേദങ്ങളിലും, പുരാണങ്ങളിലും പ്രകീർത്തിക്കപ്പെടുന്ന ഈ പുണ്യ നഗരം ഉത്തർ പ്രദേശ് സംസ്ഥാനത്തെ വാരാണസി (ബനാറസ്) ജില്ലയിലാണ്. വരുണ, അസി എന്നീ നദികളുടെ മദ്ധ്യത്തിലുള്ള നഗരമായതിനാൽ വാരാണസി എന്ന് പേരുണ്ടായി. പ്രകാശിക്കുന്ന നഗരമെന്നും കാശി അറിയപ്പെടുന്നു. അവിമുക്തം, രുദ്രവാസം, ആനന്ദ കാനനം, മുക്തക്ഷേത്രം, മഹാശ്മശാനം, മാധവപുരി തുടങ്ങി പല പേരുകളിലും കാശി അറിയപ്പെടുന്നു. പുണ്യ ഗംഗയും, മഹാ ക്ഷേത്രങ്ങളും മറ്റ് ആരാധനാലയങ്ങളും ഈ വിശുദ്ധ നഗരിയെ നിത്യ ഹരിത തീർത്ഥ സ്ഥാനമാക്കുന്നു.

കൃത യുഗത്തിൽ തൃശൂലത്തിലും, ത്രേതായുഗത്തിൽ ചക്രവടിവിലും, ദ്വാപരയുഗത്തിൽ രഥത്തിന്റെ ആകൃതിയുമായിരുന്നു കാശിക്കെങ്കിൽ കലിയുഗത്തിൽ ശംഖിന്റെ ആകൃതിയിലാണ് നഗരിയെന്ന് കാശി രഹസ്യം വെളിപ്പെടുത്തുന്നു. പ്രളയത്തിൽ മുങ്ങിയാലും ബ്രഹ്മാവ് സൃഷ്ടിച്ച ഈ നഗരം നശിക്കാതെ ഭഗവാൻ പരമശിവൻ

തൃശൂലത്തിൽ ധരിച്ചുകൊള്ളുമെന്നാണ് ഭക്ത ജനങ്ങളുടെ അനാദികാലം മുതലുള്ള വിശ്വാസം.

എറണാകുളത്തു നിന്നും ശനിയാഴ്ച തോറും പുറപ്പെടുന്ന പാറ്റ്ന ട്രെയിനിൽ മൂന്നാം ദിവസം വാരണാസിയിൽ എത്താം. അവിടെ നിന്ന് അഞ്ചു കിലോമീറ്റര് അകലെയാണ് ശ്രീ കാശി വിശ്വനാഥ ക്ഷേത്രം. പത്തൊൻപതു കിലോമീറ്റർ അകലെ ലാൽ ബഹാദൂർ ശാസ്ത്രി വിമാനത്താവളവും ഉണ്ട്.

മനുഷ്യജന്മം ദുർല്ലഭവും അമൂല്യവുമാണ്. സൗഭാഗ്യം കൊണ്ടാണ് അത് ഭാരതീയർക്ക് ലഭിക്കുന്നത്. സനാതന ധർമ്മം പുലരണമെന്ന് ആഗ്രഹിക്കുന്നവരെല്ലാം കാശിയിലെത്താനും കൊതിക്കുന്നു.

തിരുവായ്യൂരിൽ ജനിക്കണം, തിരുവണ്ണാമലയെന്നു സ്മരിക്കണം, ചിദംബരത്തെ ദർശിക്കണം, കാശിയിലെത്തി മരിക്കണം എന്ന പഴമൊഴി തമിഴ് നാട്ടിൽ കേൾക്കാറുണ്ട്. കർമ്മഭൂമിയായ രാമേശ്വരം തൊഴുത് ജ്ഞാന ഭൂമിയായ കാശിയിലെത്തണമെന്നും ചിലർ വിശ്വസിക്കുന്നു. കാശിയിൽ മരണമടയുന്നവരുടെ കാതിൽ മഹാദേവൻ താരക മന്ത്രം ചൊല്ലിക്കൊടുക്കുമെന്ന വിശ്വാസവും ഉണ്ട്.

അയോദ്ധ്യ, മഥുര, മായ (ഹരിദ്വാർ), കാശി, കാഞ്ചി, അവന്തിക (ഉജ്ജയിനി), ദ്വാരക എന്നീ മോക്ഷദായികളായ ഏഴു പുണ്യ നഗരങ്ങളിൽ വെച്ച് ഏറ്റവും ശ്രേഷ്ഠമായത് കാശിയാണെന്ന് പുരാവൃത്തം. വിശ്വനാഥം, സോമനാഥം, വൈദ്യനാഥം, മല്ലികാർജ്ജുനം, മഹാകാലേശ്വരം, രാമേശ്വരം, ഓംകാരേശ്വരം, കേദാരേശ്വരം, നാഗേശ്വരം, ത്രിംബകേശ്വരം, ഘൃഷ്ണേശ്വരം, ഭീമാ ശങ്കരം എന്നീ ഭാരതത്തിലെ പന്ത്രണ്ട് ജ്യോതിർലിംഗ ക്ഷേത്രങ്ങളിൽ ഒന്നുമാണ് കാശിയെന്നു പുരാണം.

ത്രിലോകങ്ങളെ പവിത്രമാക്കുന്നതും ത്രിലോക വ്യാധികളാൽ ആരാധിക്കപ്പെടുന്നതും ഭാഗീരഥി നദിയുടെ

തീരത്ത് സ്ഥിതി ചെയ്യുന്നതുമായ പ്രദേശം കൈലാസ നാഥൻ ശ്രീ പാർവ്വതിയോടൊത്തു വസിക്കാൻ ഇഷ്ട സ്ഥാനവുമാക്കി. ലോകത്തിന്റെ ഏതു കോണിൽ നിന്നും എത്തുന്ന ഭക്തരുടെ ലക്ഷ്യം ഗംഗാസ്നാനവും, വിശ്വനാഥ ക്ഷേത്ര ദർശനവുമാണ്. പിന്നെ ശ്രാദ്ധ കർമ്മങ്ങളും മറ്റ് ക്ഷേത്ര ദർശനവും, വിവിധ പരിക്രമണങ്ങളും നടത്തി സായൂജ്യരാകുന്നു.

കാശിയിലേക്കുള്ള തീർത്ഥ യാത്രയിൽ വ്രതം അനുഷ്ഠിക്കുന്നവരും ഉണ്ട്. അവിടെ എത്തുന്നതിന്റെ തലേ ദിവസം വരെ ഉപവാസം അനുഷ്ഠിക്കുന്നു. ആദ്യ ദിവസം ഗംഗാസ്നാനവും, ക്ഷേത്ര ദർശനവും, രണ്ടാം ദിവസം പൂർവികർക്കു വേണ്ടി ശ്രാദ്ധ കർമ്മങ്ങൾ - ഏതെങ്കിലും ഒരു ഗംഗാ കടവിൽ ആചാര വിധി പ്രകാരം ബലിയർപ്പിക്കുന്നു. വൈകുന്നേരം കാശിനാഥനെ ദർശനം ചെയ്യുന്നു. ത്രിമൂർത്തികളുടെ സംഗമം നടക്കുന്ന തൃസന്ധ്യാ നേരത്ത് ഭഗവാന്റെ ശിവ താണ്ഡവവും, ആരതിയും കാണാൻ സപ്തർഷികൾ എത്തും എന്നാണ് വിശ്വാസം. മൂന്നാം ദിവസം ഗംഗാ കടവുകളുടെ ദർശനം. ഒരുപക്ഷെ അതിനു കഴിയാത്തവർ അസി ഘട്ട്, വരുണാ ഘട്ട്, പഞ്ചഗംഗാ ഘട്ട്, മണികർണ്ണികാ ഘട്ട്, ദശാശ്വമേധാ ഘട്ട് എന്നീ കടവുകളിലെങ്കിലും എത്തുന്നു. സ്നാനം ചെയ്ത് ശ്രീ വിശ്വനാഥ ക്ഷേത്രം, അന്നപൂർണ്ണാ ദേവി ക്ഷേത്രം, വിശാലാക്ഷി ക്ഷേത്രം, ദുർഗ്ഗാ ദേവി ക്ഷേത്രം, വിശാലാക്ഷി ക്ഷേത്രം, സങ്കട് മോചൻ ക്ഷേത്രം എന്നീ ക്ഷേത്രങ്ങളിൽ ദർശനം ചെയ്യുന്നു. കാലഭൈരവ ക്ഷേത്രത്തിൽ തൊഴുത് നഗര സംരക്ഷകനായ ഭഗവാനോട് തിരിച്ചു പോകാനുള്ള അനുവാദം വാങ്ങുന്നു.

2

എല്ലാം നൽകുന്ന ഗംഗ

കാശി വിശ്വനാഥ ദർശനം പോലെ ഭക്തർക്ക് പുണ്യദായകമാണ് ഗംഗാസ്നാനവും. ആദ്യ സ്നാനം ശുഭോദർക്കവുമത്രേ. ശ്രീ വൈകുണ്ഠ നാഥൻ ഉണർത്തിച്ചതും ഗംഗ നദീ രൂപമെടുത്ത് ഭാഗീരഥി നദികളുടെ അമ്മയായി - ഗംഗാ മാതാവായി.

വാമനാവതാരം പൂണ്ട ഭഗവാൻ ആദ്യത്തെ അടി അളക്കാൻ സത്യ ലോകത്തോളം ഉയർന്നപ്പോൾ ആ പാദത്തിലെ നഖം കൊണ്ട് അണ്ഡ കടാഹത്തിൻ്റെ ഊർദ്ധ്വഭാഗത്ത് ഒരു വിള്ളലുണ്ടായി എന്നും, അതിലൂടെ ആദ്യ ഗംഗ ആകാശത്തെത്തി. അവിടെ നിന്നും താഴേക്ക് പതിച്ചത് മഹാദേവൻ്റെ ജടയിലും. ഗംഗാ ദേവിയെ കാണാതെ ദേവന്മാർ വിഷമിച്ചപ്പോൾ ഭഗീരഥൻ ശിവനെ വണങ്ങി തപസ്സ് ആരംഭിച്ചു. തപസ്സിൽ സന്തുഷ്ടനായ ഭഗവാൻ ജഡയൊന്ന് കടഞ്ഞപ്പോൾ ഗംഗ ചുറ്റിലേക്കും പതിച്ചു എന്നാണ് ഐതീഹ്യം.

ഹിമാലയത്തിൽ ഗംഗോത്രിയിലെ ഗോമുഖിൽ നിന്നും ധൗളി ഗംഗയായി ഒഴുകി, അളകാപുര ശ്രിംഗത്തിൽ അളകനന്ദയായി, സ്വർണ്ണ ഗിരിയിൽ കാഞ്ചന ഗംഗയായി, കേദാര ഭൂവിൽ കാളീ ഗംഗയായി. അവിടെ നിന്നും താഴേക്ക്

ഒഴുകി ഒഴുകി ശിവാലിക് മല നിരകളിലൂടെ ഹരിദ്വാറിലെത്തുന്നു. അവിടെ നിന്നും സപ്തർഷികളുടെ ആശ്രമത്തെ വലം വെച്ച് അലഹബാദിലെത്തി യമുനാ നദിയും, സരസ്വതിയുമായി സംഗമിക്കുന്നു. ഈ ത്രിവേണി സംഗമത്തിലെ സ്നാനം പരമ പവിത്രവും പുണ്യവുമാണ് - സ്വർഗ്ഗ പ്രാപ്തിയുണ്ടാകുമെന്ന വിശ്വാസവും ഉണ്ട്. അവിടെ നിന്നും കിഴക്കോട്ടൊഴുകി വടക്കു-കിഴക്കേ ഭാഗത്തുകൂടെ അസി നദിയെയും, വരുണാ നദിയെയും സ്വീകരിച്ച് വരണാസിയെ തഴുകുന്നു.

ഗംഗാ, യമുനാ, സരസ്വതി, സിന്ധു, കാവേരി, നർമ്മദാ, ഗോദാവരി എന്നീ പുണ്യ സപ്ത നദികളിലൊന്നാണ് ഗംഗ. ഗംഗാജലം സമുദ്ര ജലം പോലെയോ തടാക ജലം പോലെയോ കേവലം വെള്ളം അല്ലാ എന്നും സാക്ഷാൽ പരബ്രഹ്മമാണെന്നും, എത്ര വലിയ മഹാ പാതകികളെപ്പോലും സമുദ്ധരിക്കാൻ വേണ്ടി ഗംഗാ ദേവി ഭൂമിയിൽ അവതരിച്ചതാണെന്നാണ് ഭക്ത ജനങ്ങളുടെ വിശ്വാസം. ഗംഗയിൽ സ്നാനം ചെയ്യുക, ഗംഗയെ പൂജിക്കുക, ഗംഗയെ സ്പർശിക്കുക എന്നതുപോലെ തന്നെ ഗംഗയെ കാണുന്നതു പോലും പുണ്യമാണെന്നാണ് പുരാണം വെളിപ്പെടുത്തിയിട്ടുള്ളത്. ആരുടെ അസ്ഥി എത്ര കാലം ഗംഗയിൽ കിടക്കുന്നുവോ അത്രയും നാൾ അയാളുടെ ആത്മാവിന് മോക്ഷം ലഭിക്കുമെന്നും, അത്രയും കാലം ആ ജലസ്പർശമേറ്റതു കാരണം സൂര്യനെ പോലെ പ്രകാശിച്ചിട്ടുണ്ടാകുമെന്നും വിശ്വസിക്കുന്നു. ആയിരം വർഷം ഒറ്റക്കാലിൽ നിന്ന് തപസ്സനുഷ്ഠിക്കുന്നവർക്കും, ഗംഗാ ജലത്തിൽ ചിതാഭസ്മം നിമഞ്ജനം ചെയ്യുന്നവർക്കും, അവരുടെ പരേതാക്കൾക്കും ഒരുപോലെ സ്വർഗ്ഗം പൂകാനാകുമെന്നുമാണ് വിശ്വാസം. ഗംഗാ തീർത്ഥം കൊണ്ട് തർപ്പണം ചെയ്താലും ഗംഗയുടെ മൺതരി നെറുകയിൽ

തൊട്ടാലും ദുഃഖങ്ങൾ അകലുമെന്നും ഗംഗയെ തലോടിയെത്തുന്ന ഇളം കാറ്റേറ്റാൽ പോലും സർവ്വ പാപങ്ങളിൽ നിന്നും മുക്തികിട്ടുമെന്നാണ് വിശ്വാസം.

3

കാശിയിൽ ഗംഗാ സ്നാന ഘട്ടങ്ങൾ ധാരാളം ഉണ്ടെങ്കിലും അതിൽ പ്രധാനപ്പെട്ടത് 64 എണ്ണമാണ്. അതിനും പുറമെ മണികർണ്ണികാ തീർത്ഥം, ഹരിശ്ചന്ദ്ര തീർത്ഥം, ജപേശ്വര തീർത്ഥം, മഹാലയ തീർത്ഥം തുടങ്ങി അനവധി തീർത്ഥങ്ങളും ഇവിടെയുണ്ട്. കാർത്തിക മാസത്തിലെ ശിശിര കാലത്ത് ശുഭ്ര വസ്ത്രധാരികളായ അസംഖ്യം വിധവകൾ കൈത്തിരികളുമേന്തി ഗംഗാ സ്നാനഘട്ടത്തിൽ എത്താറുണ്ട്. പ്രകാശ നാളങ്ങൾ എത്തുന്ന മൺവിളക്കുകൾ അവർ ഉയർന്ന മുളന്തണ്ടുകളുടെ നെറുകയിൽ ഉറപ്പിച്ചുകൊണ്ടു മണ്മറഞ്ഞ ഭർത്താക്കന്മാരുടെ ആത്മാവിന്റെ ശുഭയാത്രക്കായി പ്രാർത്ഥിക്കുന്നു. ശിവപെരുമാളിൻന്റെ നഗരമായ കാശിയിൽ ആശ്വാസം തേടിയെത്തുന്ന ആരാധകരെ ഭഗവാൻ ഒരിക്കലും നിരാശപ്പെടുത്തുകയില്ല. യാചനയുടെ കൈക്കുമ്പിൾ നീട്ടി ശരീര പഞ്ജരത്തിൽ നിന്നുള്ള മോചനത്തിനായി ആകാശത്തു നോക്കി പ്രാർത്ഥിക്കുന്ന വിധവകളെ ഗംഗാ തീരത്ത് സായന്തനം തോറും കാണാം.

കാശിയിലെ ഓരോ സന്ധ്യയിലും ദശാശ്വമേധ ഘാട്ടിൽ ആരതിയുടെ മായികമായ പരിവേഷം ഉണരുന്നു. പുരോഹിതന്മാർ നദീ ജലത്തിലെ മരപ്പാലത്തിൽ നിൽക്കും, വേദ മന്ത്രങ്ങൾ ഉച്ചരിച്ച വാദ്യഘോഷങ്ങളുടെ താളത്തിൽ കൈമണി കിലുക്കി പുഷ്പങ്ങളും മറ്റും അർപ്പിച്ചു ഗംഗാ

ദേവിയെ പൂജിക്കുന്നു. എരിയുന്ന ധാരാളം തീ നാളങ്ങളുള്ള വിളക്ക് ശിരസ്സിന് മേലെ ഉയർത്തുകയും പിന്നീട് തീർത്ഥത്തിലേക്ക് താഴ്ത്തുകയും ചെയ്യുന്നു. ആ പുണ്യ ജലാശയത്തിൽ സുവർണ്ണ നാളങ്ങൾ പ്രതിഭലിക്കുമ്പോൾ ഗംഗാ മാതാവ് ആരതിയേറ്റു വാങ്ങുന്നതായി വിശ്വസിച്ച് ഭക്തർ ആശ്വസിക്കുന്നു.

കാശിയിൽ ഗംഗ എന്നത് സ്നേഹിക്കേണ്ട ആരാധിക്കേണ്ട സാക്ഷാൽ ശക്തിയാണ്. ഗംഗയെ പൂജിക്കാനായി പലതരം ഉത്സവങ്ങൾ ഇവിടെ പതിവാണ്. അതിൽ പ്രധാനമാണ് മെയ് മാസത്തിലെ ഗംഗാ സപ്തമി ഉത്സവം. അന്ന് ഗംഗ ഭൂമിയിലേക്ക് എത്തിയ സമയമാണെന്ന് കരുതപ്പെടുന്നു. മണികർണ്ണികയിലെ ജലാശയം പുഷ്പങ്ങളാൽ അലങ്കരിക്കപ്പെടുന്നു. ജൂൺ മാസത്തിലാണ് ഗംഗ ദസറാ ഉത്സവം – ഈ ദിവസം ഗംഗ ഹരിദ്വാറിലേക്ക് എത്തിയ ദിവസം ആയി കണക്കാക്കപ്പെടുന്നു ഹർഷ പുളകിതമായ സ്വാഗതമേന്തി ഭക്തർ പലതരം മാലകൾ നദിയിലേക്കു ഭക്തിപൂർവ്വം അർപ്പിക്കുന്നു. വാരാണസിക്ക് ആത്മീയ സൗന്ദര്യം നൽകുന്നതിൽ ഗംഗയ്ക്ക് മഹനീയമായ സ്ഥാനമുണ്ട്. ലോകത്തെവിടെ നിന്നും തേടിയെത്തുന്ന ഹിന്ദുക്കൾ ആത്മാവിനെ ശുദ്ധമാക്കാൻ ഗംഗാതീരത്ത് നിന്നുകൊണ്ട് കീർത്തനങ്ങൾ ആലപിക്കുന്നത് പോലെ ഗാനങ്ങൾ രചിക്കാൻ എത്തുന്ന കവികൾക്കും കണക്കില്ല. പതിനാറാം നൂറ്റാണ്ടിൽ ജീവിച്ചിരുന്ന ജഗന്നാഥ് കവി ഗംഗാ 'ഗംഗാ ലഹരി' എന്നൊരു കാവ്യം രചിക്കുകയുണ്ടായി. ജഗന്നാഥൻ ആഗ്രയിൽ വെച്ച് അന്യ മതത്തിൽപ്പെട്ട ഒരു സ്ത്രീയുമായി പ്രണയത്തിലായതിനാൽ ബ്രാഹ്മണ സമൂഹത്തിൽ നിന്നും ഭ്രഷ്ടനാക്കപ്പെട്ടു. കാശിയിൽ തിരിച്ചെത്തിയ കവി സ്വന്തം സമുദായത്തിലേക്ക് പുനപ്രവേശനം ലഭിക്കാൻ കേണപേക്ഷിച്ചു, പക്ഷേ

നിരാശയായിരുന്നു ഫലം. ആശ നഷ്ടപ്പെട്ട കമിതാക്കൾ പഞ്ചാഗ്നി ഘാട്ടിന്റെ അമ്പതിരണ്ടാം പടി മുകളിൽ ഇരുന്നു. കവി ഗംഗയെ സ്തുതിച്ച് കൊണ്ട് അമ്പതിണ്ട് ശ്ലോകങ്ങൾ രചിച്ചു. ഓരോ ശ്ലോകം രചിക്കുമ്പോഴും ഗംഗാജലം ഓരോ പടി മുകളിലേക്ക് ഉയർന്ന് വന്നു. ഒടുവിൽ ഗംഗാജലം അമ്പത്തിരണ്ടാം പടിയിലെത്തി. കമിതാക്കളുടെ എല്ലാ ദുഖങ്ങളും ശമിപ്പിച്ചു കൊണ്ട് ഗംഗ അവരെ ഏറ്റു വാങ്ങി.

നവജാത ശിശുക്കളെ നാമകരണം ചെയ്യാനും, ബാലന്മാരുടെ ശിരസ്സ് മുണ്ഡനം ചെയ്യാനും, നവ ദമ്പതികൾക്ക് സുന്ദര ഭാവിയെക്കുറിച്ച് സ്വപ്നം നെയ്യാനും മാത്രമല്ല പരേതാത്മാക്ക ൾക്ക് ശ്രാദ്ധവും പിണ്ഡ ദാനവും സമർപ്പിക്കാനും കാശിയിലെ ഗംഗാ തീരത്തേക്കാൾ ഉചിതമായ മറ്റൊരു പുണ്യസ്ഥലം ഈ ഭുവനത്തിലില്ല. അസിഘട്ട്, രാജ്ഘട്ട്, കേദാർഘട്ട്, ദശാശ്വമേധഘട്ട്, പഞ്ചഗംഗാ ഘട്ട് എന്നീ ഗംഗയുടെ പുണ്യ കടവുകളിൽ ഭക്തരെ സഹായിക്കാൻ പുരോഹിതന്മാരുണ്ടാകും

ഗംഗയുടെ പടിഞ്ഞാറെ കരയിൽ അഞ്ചു കിലോമീറ്ററോളം ദൂരത്തിൽ ക്ഷേത്രങ്ങളുടെയും, മാളികകളുടെയും, പ്രകാശങ്ങളുടെയും, ആലംഗീർ പള്ളിയുടേയും മിന്നാരങ്ങളുടേയും നീണ്ട നിര, അനന്തമായ കൽപ്പടവുകൾ, ഗംഗാനദീ ജലത്തിലേക്ക് താഴ്ന്നിറങ്ങുന്ന സ്നാന ഘട്ടങ്ങളുടെയും കാഴ്ച അതീവ ഹൃദ്യമാണ്. കാശിയിലെ സ്നാനഘട്ടങ്ങൾ തീർത്ഥ സ്ഥാനങ്ങളുടെ വിശുദ്ധമായ ചങ്ങല കണ്ണികൾ പോലെ കിടക്കുകയാണ്. ഇത് ഭഗവാൻ മഹാവിഷ്ണുവിന്റെ തലയേയും, നെഞ്ചിനേയും, കാലുകളേയും പ്രതിനിധീകരികുന്നു എന്നാണ് വിശ്വാസം. ഓരോ ഘട്ടിനും അതാതുമായി ബന്ധപ്പെട്ട അത്ഭുദ യോഗികളുടെയോ ക്ഷേത്രങ്ങളുടെയോ കഥകൾ പറയാനുണ്ട്. അവയിൽ പല കടവുകളും പുനർ നിർമ്മാണം

ചെയ്തവയും പുനർ നാമകരണം ചെയ്യപ്പെട്ടവയും ആയിരിക്കും.

ഗംഗാ നദിയുടെ ഒരു വശത്ത് വാരാണസി ആകാശത്തിനു നേരെ പതിച്ച ഒരു ത്രിമുദ്ര ചിത്രവുമായി അനുഭവവേദ്യമാകും. വിദൂരമായ മണൽത്തട്ടകളുമാണ് മറ്റു കരയിൽ കാണാൻ കഴിയുക. നദീ തീരത്തെ കുറെ പടവുകൾ സ്നാനം ചെയ്യുന്ന തീർത്ഥാടകരാൽ സദാ നിറഞ്ഞു കാണപ്പെടും.

മറ്റു ചില പടവുകളിൽ മുടി നീട്ടി വളർത്തിയ സന്യാസിമാർ ചമ്രം പടിഞ്ഞിരുന്ന് ധ്യാനിക്കുന്നതോ, അലക്കുകാർ അവരുടേതായ ദ്രുതതാളത്തിൽ വസ്ത്രം കല്ലിൽ തല്ലുന്നത് കാണാം. കമണ്ഡലു കയ്യിലേന്തിയ സന്യാസിമാരെയും പിച്ചള പാത്രങ്ങളും പൂക്കളും ഏന്തി നദിയിലെക്കിറങ്ങുന്ന ആരാധകരെയും പ്രഭാതം മുതൽ പ്രദോഷം വരെ അവിടെ കാണാം. ഇത്തിരി നേരം ഈ പടവുകളിലിരുന്ന് ജീവിതമെന്ന മഹാനദി നമ്മുടെ മുന്നിലൂടെ അനസ്യൂതമായ ഒഴുകുന്നത് കണ്ടു ഹൃദയവും ബുദ്ധിയും വിശുദ്ധമാക്കാം. ശ്രദ്ധിച്ചാൽ ഇവിടെ ഇന്ത്യയുടെ ചെറിയൊരു പരിച്ഛേദം തന്നെ കാണാം. വലിയ തലപ്പാവുകൾ ഏന്തിയ രാജസ്ഥാൻ കർഷകർ, മുണ്ടുടുത്ത് നെറ്റിയിൽ ഭസ്മക്കുറി ഇട്ട തമിഴ്നാട്ടുകാർ, മുണ്ടുടുത്ത് നെറ്റിയിൽ ചന്ദനം അണിഞ്ഞ് മലയാളികൾ, ജുബ്ബയും പൈജാമയും ധരിച്ച ബംഗാളികൾ മിതഭാഷികളായ ജാട്ടുകൾ അങ്ങനെ എല്ലാ നാട്ടുകാരും, കൂട്ടത്തിൽ നവ വധൂവരൻമാരെ അനുമോദിക്കുന്ന കുടുംബാംഗങ്ങളെയും, അന്ത്യകർമ്മം ചെയ്യുന്ന പുരോഹിതൻമാരെയും അവർക്കു ചുറ്റും കൂട്ടംകൂടി നിൽക്കുന്ന ദുഃഖിതരായ ബന്ധുക്കളെയും, ആദ്യമായി മുടി മുറിക്കുമ്പോൾ പ്രതിഷേധാത്മകമായി കരയുന്ന കൊച്ചു കുട്ടികളെയും അവിടെ കാണാനാകും. ഭേലുപൂരിലൂടെ നടന്നാൽ കേദാർ

നാട്ടിലെത്താം, അവിടെ കേദാരേശ്വര ക്ഷേത്രവും മറ്റ് ദേവ സ്ഥാനങ്ങളും, ആശ്രമങ്ങളും കൊണ്ട് ധന്യമാണ്. അവിടെനിന്ന് ശിവാല ഘാട്ടിലൂടെ പോകുമ്പോൾ രാജവാഴ്ച കാലത്തെ കോട്ട കാണാം. അകലെ തെളിയുന്ന പച്ചപ്പിന് മീതെ പാറുന്ന മഞ്ഞക്കൊടി അതൊരു യോഗിയുടെ ആശ്രമത്തിലെ സ്മരണകൾ ഉണർത്തുന്നു. അതിനടുത്താണ് സംഖ്യാ തത്വചിന്തയുടെ പ്രണേതാവായ കപിലമുനി അധിവസിച്ചിരുന്നത് ഇവിടെയാണെന്ന് ആരോ പറഞ്ഞു.

ആ ആശ്രമാങ്കണം പുഷ്പാലംകൃതമാണ്. അങ്ങിങ്ങായി ഫലവൃക്ഷങ്ങൾ, അതിൽ ഏതെങ്കിലും ഒന്നിന്റെ ചുവട്ടിൽ യോഗികൾ ധ്യാനത്തിൽ ഇരിക്കുന്നത് ഒരു സാധാരണ ദൃശ്യമാണ്. സന്ദർശകർ ആരു വന്നാലും അവർ വിഭൂതി നൽകും, മറ്റൊന്നും നൽകാൻ അവർക്കില്ല എന്ന ക്ഷമാപണത്തോടെ ഗംഗയിൽ വഞ്ചിയുടെ യാത്ര ചെയ്യുകയാണെങ്കിൽ എല്ലാ ഘാട്ടുകളുടെയും സാമീപ്യം ദൃശ്യം ആസ്വദിച്ചു വിസ്മയരാകുവാൻ കഴിയും. രാജ്ഘാട്ട് മുതൽ അസി ഘാട്ടു വരെ മീൻ പിടിക്കുന്നതും പക്ഷികളെ വേട്ടയാടുന്നതും നിരോധിച്ചിരിക്കുന്നു. കാരണം സമീപപ്രദേശത്തുള്ള ദേവസ്ഥാന ങ്ങളുടെ സ്വാധീനം ആയിരിക്കാം. ഇതുവഴി കടന്നു പോകുമ്പോൾ പാണ്ഡവ രാജാവായ ഭീമന്റെ ഭീമാകാരമായ പ്രതിമ കാണാം. കാർത്തികമാസത്തിലെ അഞ്ചു ദിവസങ്ങളിൽ ഭീമനെ ആരാധിക്കപ്പെടുന്ന ആഘോഷം ഉണ്ട്. വിശപ്പ് സഹിക്കാനാവാത്ത ഭീമസേനൻ കാർത്തിക മാസത്തിൽ കൃഷ്ണനെ ഭജിക്കാൻ ആഗ്രഹിച്ചു, പക്ഷേ ഭീമന് ഉപവാസം അസാധ്യമായതിനാൽ അതിൽ നിന്നും തന്നെ ഒഴിവാക്കിത്തരണമെന്ന് ഭീമൻ കൃഷ്ണനോട് അപേക്ഷിച്ചു. കാർത്തിക മാസം മുഴുവൻ ഉപവസിക്കുന്നതിനുപകരം ആ മാസത്തിലെ അവസാനത്തെ അഞ്ചു ദിവസം മാത്രം

ഉപവസിച്ചാൽ മതി എന്ന് ഭഗവാൻ പറഞ്ഞു. ഈ അഞ്ചു ദിവസം കാശിയിൽ ഭീമനെ സങ്കൽപ്പിച്ച് ഉപവസിക്കുന്നവർക്കും അതേ ഫലം സിദ്ധിക്കുമെന്നും ഭഗവാൻ അരുൾ ചെയ്തു. ഇതേ മാസത്തിൽ ഇവിടെ പലയിടത്തും കളിമൺ തിട്ടകളിൽ ഭഗവാൻറെ വിഗ്രഹത്തിൽ തുളസിദളം കൊണ്ട് മാല ചാർത്തി പൂജിക്കുന്ന ആചാരവും ഉണ്ട്.

ദശാശ്വമേധ ഘാട്ടിൽ കാശി പൂജയുടെ അവസാനഘട്ടത്തിൽ ബാബു കാളിദാസ് മിശ്ര യുടെ വീട്ടിൽ നിന്നും ആരംഭിക്കുന്ന ഘോഷയാത്രയിൽ ഇരുണ്ട രൂപവും, സമൃദ്ധമായ മുടിയും പുറത്തേക്ക് നീട്ടിയ നാവ് ഉള്ള ദേവിയുടെ വിഗ്രഹത്തിൻറെ പ്രതിരൂപം പല്ലക്കിൽ വെച്ച് സംഗീത സാന്ദ്രമായ അന്തരീക്ഷത്തിൽ ഗംഗാസ്നാനഘാട്ടിലേക്കു ഭക്തജനങ്ങൾ കൊണ്ടുപോകുന്നു. അവിടെ എത്തിയ ശേഷം വിഗ്രഹത്തിലെ അലങ്കാരങ്ങൾ നീക്കി ഒന്നുരണ്ട് മുടിനാരുകൾ പിഴിതു കളഞ്ഞശേഷം കാളി പ്രതിമ ഗംഗാ നദിയിൽ നിമജ്ഞനം ചെയ്യുന്നു. ഇതേ അവസരത്തിൽ തന്നെയാണ് ഇവിടെ ദീപാവലിയും ആഘോഷിക്കുന്നത്.

ഇവിടെ ശീതളഘാട്ടിലെ ക്ഷേത്രത്തിൽ ശിവപാർവ്വതി ശില്പങ്ങൾ സ്ഥിതിചെയ്യുന്നു. ഭക്തജനങ്ങൾ ആ വിഗ്രഹങ്ങളിൽ ഗംഗ ജലം കൊണ്ട് അഭിഷേകം ചെയ്തശേഷം ജലത്തുള്ളികൾ കണ്ണിലും നെറ്റിയിലും പുരട്ടുന്നു. ആ ഘാട്ടിന് താഴെയാണ് മൻമന്ദിർ ഘാട്ട്. അവിടെ തലയുയർത്തിനിൽക്കുന്ന ഒരു കെട്ടിടം ഉണ്ട്. 1600-ൽ രാജാവായിരുന്ന മാൻസിംഗ് നിർമ്മിച്ചതാണിത്. നൂറ്റാണ്ടുകൾ പിന്നിട്ടിട്ടും പ്രൗഢി മങ്ങാത്ത ചില നിർമ്മിതമായ ബാൽക്കണി പോലും ചേതോഹരം. ഇപ്പോൾ അത് വാനനിരീക്ഷണകേന്ദ്രം ആയി പ്രവർത്തിക്കുന്നു എന്നാണ്

അറിയാൻ കഴിയുന്നത്. രാവിലെ 9 മണി മുതൽ 5 മണി വരെ ഉണ്ട് സന്ദർശനം. ഇതിനടുത്ത് ചന്ദ്ര ദേവസ്ഥാനം ആയി അറിയപ്പെടുന്ന സോമേശ്വര ശിവക്ഷേത്രവും ഉണ്ട്. ചന്ദ്ര ആരാധനയിലൂടെയുള്ള ചികിത്സ രീതിക്ക് പ്രസിദ്ധമാണ് ഇവിടം.

സാധാരണ മഴക്കാലത്ത് നദി പ്രവാഹത്തിൽ മുങ്ങിപ്പോകുന്നിടമാണ് നേപ്പാളി ഘാട്ട്. ഇവിടത്തെ ഗംഗാ ദേവി ക്ഷേത്രത്തിൽ മുതലയുടെ പുറത്ത് ഉപവിഷ്ടയായ ദേവിയുടെതാണ് വിഗ്രഹപ്രതിഷ്ഠ. ഗോവണിപ്പടി കയറിച്ചെന്നാൽ കാണുന്നത് നേപ്പാളി ക്ഷേത്രം ഇഷ്ടിക കൊണ്ടും മരം കൊണ്ടും ഉള്ള നിർമ്മാണരീതി നേപ്പാളിലെ വാസ്തുശില്പകലയുടെ മകുടോദാഹരണം.

അടുത്തത് അഹല്യഭായി ഘാട്ട് ആണ്. ഇൻഡോറിലെ റാണി അഹല്യാബായി ഹോൾക്കർ ഗംഗാതീരത്ത് നിർമ്മിച്ച ക്ഷേത്രവും കൊട്ടാരവും സന്ദർശകരെ ആകർഷിക്കുന്നു. ഉത്തരേന്ത്യയിൽ പലയിടത്തും റാണി ക്ഷേത്രങ്ങൾ പുനരുദ്ധരിച്ചിട്ടുണ്ട്. അടുത്തായി മഹാദേവന്റെയും, ഹനുമാന്റെയും ക്ഷേത്രങ്ങൾ കാണാം അവിടെ വൈകുന്നേരങ്ങളിൽ ബംഗാളി സ്ത്രീകൾ വന്നു ഭക്തിഗാനങ്ങൾ ആലപിക്കാറുണ്ട്. തൊട്ടടുത്താണ് ഹനുമാൻ ഘാട്ട്.

അസി ഘാട്ടിലെ ക്ഷേത്രം സ്ഥിതിചെയ്യുന്നിടത്ത് ദുർഗ്ഗാഭഗവതി അസുരന്മാരുമായി ഏറ്റുമുട്ടിയപ്പോൾ ഉടവാൾ പതിച്ചു എന്നാണ് വിശ്വസിക്കുന്നത്. മുന്നിലെ റീവാ ഘാട്ടിൽ നിന്നും അല്പദൂരം മുന്നോട്ടുപോകുമ്പോൾ തുളസി ഘാട്ട് കാണാം. ഇവിടെയാണ് ലോലാർക്ക് ശിവക്ഷേത്രം സ്ഥിതിചെയ്യുന്നത്. ജീർണ്ണാവസ്ഥയിലായിരുന്ന ഈ ക്ഷേത്രം കാശി നിവാസികളും മലയാളികളും ചേർന്ന് പുതുക്കി

പണികഴിപ്പിച്ചു. ഈ കടവിന് സമീപം ഗംഗയിലേക്ക് തള്ളി നിൽക്കുന്നത് പോലെ ഒരു ഗോപുരം കാണാം. അതിനകത്ത് ഇരുന്നുകൊണ്ടാണ് ഗോസ്വാമി തുളസീദാസ് ശ്രീരാമചരിതമാനസം രചിച്ചത്. ശ്രീബാല ഹനുമാൻറെ പ്രതിഷ്ഠയുള്ള ശ്രീരാമ ക്ഷേത്രവും, കവി തുളസിദാസിൻ്റെ ശയ്യാ ഗൃഹവും കൂടാതെ അദ്ദേഹം സ്ഥാപിച്ച ശ്രീ രാമ ക്ഷേത്രവും ഇവിടെയുണ്ട്.

അവിടെ നിന്നും അല്പം മുന്നോട്ടു പോകുമ്പോഴാണ് റാണാ ഘാട്ട്. ധാരാളം സന്യാസിമാർ വസിക്കുന്ന മഠങ്ങളും ആരാധനാലയങ്ങളും ഉള്ള ഈ കടവിൻ്റെ നിർമാണം നിർവഹിച്ചത് ഉദയ്പൂരിലെ ഭരണാധികാരിയായിരുന്ന മഹാറാണയാണ്. തൊട്ടുത്തുള്ള ചൗസട്ടി ഘാട്ടിൽ സംസ്കൃതം പഠിപ്പിച്ചു വരുന്ന ഒരു ഗുരുകുലവും കാണാം

അവിടെ നിന്നുള്ള വഴി നീളുന്നത് പഞ്ചഗംഗാ ഘാട്ടിലേക്കാണ്. കബീർദാസിൻറെ സ്മൃതികൾ ഉണർത്തുന്ന ഘാട്ട്. ഒരിക്കൽ കബീർ ഘാട്ടിൽ വസിച്ചിരുന്ന യോഗി ശ്രീ രാമാനന്ദൻറെ ശിഷ്യനാകാൻ ശ്രമിച്ചെങ്കിലും നടന്നില്ല അതിൽ നിരാശനായ കബീർ, രാമാനന്ദ് സ്വാമികൾ പതിവായി നടക്കാറുള്ള വഴിയിൽ കിടന്നു. സ്വാമികളുടെ പാദസ്പർശമേൽക്കാനായിരുന്നു മോഹം. അതും നടക്കാതെ വന്നപ്പോൾ സ്വാമി അടുത്തെത്തിയപ്പോൾ രാം രാം എന്ന് മന്ത്രിച്ചു. അവരുടെ കണ്ടുമുട്ടൽ കബീറിന് അനുഗ്രഹമായി എന്നും പറയപ്പെടുന്നു. മഹാകവി കബീർ ദാസിൻ്റെ കവിതകൾ ഹിന്ദി ഭാഷയ്ക്ക് വലിയ മുതൽക്കൂട്ടാവുകയും ചെയ്തു. ഗംഗക്ക് അഭിമുഖമായി ശ്രീമദ് രാമാനന്ദ സ്വാമികളുടെ ആശ്രമവും സ്ഥിതിചെയ്യുന്നു.

ലളിതാ ഘാട്ടിൽ നിന്നും മണികർണ്ണികാ ഘാട്ടിലേക്ക് പോകാം. കാശിയിലെ വിശേഷ ശ്മശാനം കൂടിയാണിത്.

മുള്ളന്തണ്ടുകളിൽ കിടത്തി കൊണ്ടുവരുന്ന മൃതദേഹങ്ങൾ എപ്പോഴും ഇവിടെ കാണാം. നൂറുകണക്കിന് പരേതാത്മാക്കളുടെ ബന്ധുക്കളും, ശവമഞ്ചം ചുമക്കുന്നവരും, അതും വഹിച്ചുകൊണ്ടുവരുന്ന കാഴ്ചയും വിഷാദ സാന്ദ്രം ആണ്. ഈ ശ്മശാനത്തിലെ അഗ്നിജ്വാലകൾ ഒരിക്കലും കെട്ടടങ്ങില്ല എന്നും അവിടെ കത്തുന്ന ശവങ്ങളുടെ എരിയുന്ന ഗന്ധം അനുഭവപ്പെടാറില്ല എന്നതും പണ്ടുമുതലേയുള്ള കേട്ടുകേൾവി. ഈ മൃതദേഹങ്ങൾ ദഹിപ്പിക്കാൻ ആവശ്യമായ മരങ്ങൾ അടുക്കി വച്ചിരിക്കുന്നതും, അവയുമായി എത്തുന്ന വഞ്ചികളും ഇവിടെ സ്ഥിരം കാഴ്ചയാണ്. ഈ കടവിന് മുകളിൽ നദിക്കു അഭിമുഖമായി ക്ഷേത്രങ്ങളും മട്ടുപ്പാവുകളും ഉള്ള ധാരാളം കെട്ടിടങ്ങളും കാണാം. ഹരിശ്ചന്ദ്രൻ എന്ന രാജാവ് സത്യം പാലിക്കാനായി തൻറെ രാജ്യത്തെയും, ധർമ്മപതിയെയും, ഏക മകനെയും, ഒടുവിൽ തന്നെ തന്നെയും വിറ്റുകിട്ടിയ പണം കൊണ്ട് ഭരണാധികാരിയുടെ കടം വീട്ടുക ആയിരുന്നല്ലോ. ഹരിശ്ചന്ദ്ര രാജാവിനെ വിലയ്ക്കുവാങ്ങിയ ചണ്ഡാളൻ അദ്ദേഹത്തെ ശ്മശാനഭൂമിയിലെ കാവൽക്കാരനായി നിയോഗിച്ചു. രാജ്ഞിയും മകനും ഒരു വീട്ടിൽ ദാസ്യ വൃത്തിയിൽ ഏർപ്പെട്ടും കഴിഞ്ഞു. പൂക്കൾ പറിക്കാൻ കാട്ടിൽ പോയ മകൻ പാമ്പുകടിയേറ്റ് മരിച്ചു. മകൻറെ ജഡവുമായി അമ്മ ഈ ചുടുകാട്ടിൽ എത്തിയപ്പോൾ ചുടല പണം വാങ്ങാതെ സംസ്കരിക്കാൻ ശ്മശാനം കാവൽക്കാരൻ അനുവദിച്ചില്ല. വന്നിരിക്കുന്നത് തൻറെ പതിയാണെന്നും, മൃതദേഹം തൻറെ മകൻറെതാണെന്നും തിരിച്ചറിഞ്ഞിട്ടും സത്യത്തിനുവേണ്ടി നിലകൊണ്ട രാജാവിനു മുന്നിൽ ദേവന്മാർ പരീക്ഷണം അവസാനിപ്പിച്ചു. പിന്നെ പ്രത്യക്ഷപ്പെട്ട് അദ്ദേഹത്തിനെ അനുഗ്രഹിക്കുകയും, നഷ്ടപ്പെട്ടതെല്ലാം വീണ്ടെടുത്തു നൽകുകയും ചെയ്തു.

അടിക്കടി വന്നുകൊണ്ടിരിക്കുന്ന ശവശരീരങ്ങളെ കൊണ്ടും, അവരുടെ ബന്ധുക്കളെ കൊണ്ടും നിറഞ്ഞുള്ള കാഴ്ചയാണ് ഹരിചന്ദ്ര ഘാട്ടിലേത്. മണികർണ്ണികാ ഘാട്ടിലെ പോലെ ഇവിടെയും അഗ്നിജ്വാലകൾ കെടാറില്ല. ഇതിനുപുറമേ പാണ്ഡേ ഘാട്ട്, മാ ആനന്ദമയി ഘാട്ട്, ഡോ. രാജേന്ദ്ര പ്രസാദ് ഘാട്ട് തുടങ്ങിയ ധാരാളം കടവുകൾ ഗംഗാതീരത്ത് ഉണ്ടെങ്കിലും പ്രധാനപ്പെട്ടത് 64 ഘാട്ടുകൾ ആണ്. മണികർണ്ണികാ ഘാട്ടിനു താഴെ ശ്മശാന ബാബ ദേവസ്ഥാനം ഉണ്ട്. അതിനോട് ചേർന്ന് മഹാകാലേശ്വരൻ ശിവക്ഷേത്രം. ത്രിമൂർത്തി പ്രതിഷ്ഠയുള്ള ഈ ക്ഷേത്രത്തിൽ അർദ്ധ രാത്രിയിൽ ഭഗവാൻ പരമശിവൻ എത്തുമെന്നാണ് വിശ്വാസം. ഭൂമിയിൽ എവിടെയിരുന്ന് ഏതൊരു നാമവും പതിനായിരം പ്രാവശ്യം ലഭിക്കുന്ന ഫലം ഗംഗാതീരത്ത് മണികർണ്ണിക സന്നിധിയിൽ ഇരുന്ന് 108 പ്രാവശ്യം ജപിച്ചാൽ കിട്ടുമെന്നാണ് പുരാവൃത്തം.

മണികർണ്ണികയ്യിലെ തീർത്ഥക്കിണറിനുമുണ്ട് സവിശേഷത. തീർത്ഥാടകർക്ക് പ്രിയങ്കരമായ ഈ തീർത്ഥക്കിണർ ഭഗവാൻ മഹാവിഷ്ണുവിൻറെ ചക്രായുധം കൊണ്ട് കുഴിച്ചതാണെന്നും ദേവൻറെ വിയർപ്പിനാൽ നിറഞ്ഞതാണെന്നും ഐതിഹ്യം.

ഭഗവാൻ പരമശിവൻ പാർവ്വതീദേവിയോടോത്ത് അവിടെ വരികയും തീർത്ഥക്കിണറ്റിലേക്ക് നോക്കിയപ്പോൾ ദേവിയുടെ കർണ്ണാഭരണം അതിൽ വീണുപോയി. മഹാവിഷ്ണു അത് വീണ്ടെടുത്ത് നൽകുകയും ചെയ്തു.

അടുത്താണ് 'ചരിഞ്ഞ ക്ഷേത്രം' ഉള്ളത്. ഒറ്റക്കല്ലിൽ നിർമ്മിച്ച പീഠങ്ങളും, സ്തൂപങ്ങളും ഉള്ള ക്ഷേത്രത്തിന്റെ നിർമ്മിതിയും അതിവിശേഷം. തികഞ്ഞ മാതൃസ്നേഹിയായ ഒരു പുത്രൻ തൻറെ മാതാവിൻറെ കടംവീട്ടാൻ വേണ്ടി

നിർമ്മിച്ചതാണ് ഈ ക്ഷേത്രം എന്ന് ഐതിഹ്യം. പുരാണങ്ങൾ ഉദ്ഘോഷിക്കുന്നത് പോലെ അങ്ങനെ വീട്ടാൻ കഴിയുന്നതാണോ മാതൃ-പിതൃ ഋണം. അതുകൊണ്ടായിരിക്കാം ആ മനോഹര ക്ഷേത്രത്തിൻറെ നിർമ്മാണം പൂർത്തിയായപ്പോൾ ചരിഞ്ഞു പോകാൻ കാരണമെന്ന് കാശി നിവാസികൾ പറയുന്നു.

പ്രപഞ്ചത്തിലെ മൂർത്തികളിലെല്ലാം ഈശ്വരസാന്നിധ്യം ദൃശ്യമാണെങ്കിലും മഹാദേവൻറെ പ്രിയസ്ഥാനമായ കാശിയിലെത്തി പ്രാർത്ഥിക്കുന്നവർ ശിവപാർഷദന്മാരായിത്തീരും എന്നാണ് വിശ്വാസം. വിശ്വേശ്വരനെ മനസ്സിലുറപ്പിച്ച് ഇവിടെയെത്തി "ശംഭോ മഹാദേവ, മാ ഗംഗാ മാ.." എന്ന് വിളിക്കുന്നവരുടെ കൂടെ സദാനേരവും മഹാദേവൻ ഉണ്ടാകുമെന്നാണ് കാശി ദർശനഫലം കാട്ടിത്തരുന്നത്. വിശ്വേശ്വര ലിംഗത്തെ സ്പർശിക്കുകയോ, ഒരു കൈ കുമ്പിൾ ഗംഗാ ജലത്താൽ അഭിഷേകം നടത്തുകയോ ചെയ്താൽ ആയിരം അശ്വമേധയാഗം ചെയ്ത ഫലം ലഭിക്കുമത്രേ. ഭക്തിപൂർവ്വം ഭഗവാനെ ഒരു പുഷ്പം അർപ്പിച്ചാൽ മതി അനേകം സ്വർണ്ണതാമരകൾ സമർപ്പിച്ച ഫലം ലഭിക്കാൻ.

ഭഗവാനെ ദർശിച്ചശേഷം ശിവയോഗി കൾക്ക് അന്നദാനം ചെയ്താൽ എത്രയോ ജന്മങ്ങളിൽ ദാനംചെയ്ത ഫലം ലഭിക്കും എന്നാണ് പുരാണങ്ങൾ വെളിപ്പെടുത്തുന്നത്.

4

ക്ഷേത്രങ്ങൾ

വാരണാസി നഗരത്തിൽ എവിടെ നിന്നും ശ്രീ വിശ്വനാഥ ക്ഷേത്രത്തിലേക്ക് എത്താൻ ഓട്ടോറിക്ഷ കിട്ടും. പ്രധാന വീഥിക്കരുകിൽ അംബരചുംബികളായ സൗധങ്ങൾക്കിടയിലൂടെ ഒരു ചെറിയ വഴി കാണാം. അര കിലോമീറ്റർ ദൂരം എത്തുമ്പോൾ സൂര്യപ്രകാശമേറ്റ് സുവർണ്ണ ശോഭയിൽ തെളിയുന്ന ശ്രീകോവിൽ കാണാം. മഹാരാജ രഞ്ജിത് സിങ്ങിന്റെ കാലത്ത് 875 കിലോ സ്വർണ്ണം കൊണ്ട് നിർമ്മിച്ചതാണ് ക്ഷേത്ര ഗോപുരം. ക്ഷേത്രനിർമ്മാണത്തിന്റെ പിന്നിലും ഒരു കഥയുണ്ട്. കാശിയിൽ കൊടിയ വരൾച്ച അനുഭവപ്പെട്ടപ്പോൾ ജനങ്ങൾ ദുരിതത്തിലായി. അപ്പോഴാണ് നാരായണഭട്ട് എന്നൊരു സന്യാസിവര്യൻ അവിടെയെത്തിയത്. ക്ഷേത്രം പുനർനിർമ്മിച്ചാൽ മഴപെയ്യും എന്ന് ഭരണാധികാരികളോട് മഹാത്മാവ് പറഞ്ഞു. താങ്കളുടെ പ്രാർത്ഥന മൂലം മഴ ക്ഷേത്രം പുനർ നിർമ്മിക്കാമെന്ന് അധികാരികൾ ഭട്ടിനോട് പറഞ്ഞു. ഭട്ടിന്റെ പ്രാർത്ഥന കാശിനാഥൻ കേട്ടു, സമയത്ത് മഴപെയ്തു, രാജാവ് ക്ഷേത്രം നിർമ്മിക്കുകയും ചെയ്തു.

1776-ലും 1835-ലും ക്ഷേത്രം പുനരുദ്ധരിക്കുയുണ്ടായി. അതിൽ മഹത്തായ പങ്കുവഹിച്ചത് റാണി അഹല്യബായി ഹോൾക്കറാണ്. 13 ഡിസംബർ 2021-ന് ഇന്ത്യയുടെ പ്രധാന മന്ത്രി ശ്രീ നരേന്ദ്ര മോദി വീണ്ടും വലിയ രീതിയിൽ കാശി ക്ഷേത്രത്തിന്റെ പുനരുദ്ധാരണം നടത്തി. ശ്രീകോവിലിനു മുന്നിൽ പൂജാ പാത്രങ്ങളുമായി നിൽക്കുന്ന ഭക്തന്മാരുടെ നിര സദാ കാഴ്ചയാണ്. ശ്രദ്ധയോടും ഭക്തിയോടും അല്ല നിൽക്കുന്നതെങ്കിൽ പൂക്കൾ വാനര കൂട്ടം തള്ളിയിട്ടു എന്ന് വരാം. ശ്രീകോവിലിനകത്ത് ബ്രഹ്മദേവൻ പ്രതിഷ്ഠിച്ചു എന്ന് വിശ്വസിക്കുന്ന സ്വയംഭൂ അവിമുക്ത ലിംഗം. ചതുരാകൃതിയിൽ കൃഷ്ണശിലയിലെ ജ്യോതിർലിംഗം ഒന്ന് കണ്ടു തൊഴാനാണ് കഷ്ടപ്പെട്ട് ഏതു ദേശവാസിയും എത്തുന്നത്. വാഹനമായ നന്ദിക്കു സമീപം താടകേശ്വര സന്നിധിയും, ഇജ്ഞ്യാന വാപി കിണറും ഉണ്ട്. മുഗൾ ആക്രമണകാലത്ത് ഈ കിണറ്റിലാണ് ഭഗവത് വിഗ്രഹം സൂക്ഷിച്ചിരുന്നതെന്ന് പറയപ്പെടുന്നു. തൊട്ടടുത്ത് പുരാതനക്ഷേത്രം പള്ളിയായയതും കാണാം.

ശ്രീ വിശ്വനാഥ ക്ഷേത്രത്തിൽ പുലർച്ചെ മൂന്നര മണിക്ക് ഭഗവാനെ മംഗളാരതി നടത്തി ഗംഗാ ജലം കൊണ്ട് അഭിഷേകം ചെയ്തു അലങ്കരിക്കുന്നു. താമര, റോസ്, എരുക്ക്, അരുളി, കൂവളം, ചെമ്പകം തുടങ്ങിയ പൂക്കളാണ് ഭഗവാന് ഇഷ്ടം. പാലും, നെയ്യും, തേനും പങ്കുചേർന്നതാണ് നൈവേദ്യം. മാമ്പഴവും ഭഗവാന് പ്രിയമെന്ന് കേൾക്കുന്നു. ശംഖ നാഥത്തിൻറെയും, താളമേളങ്ങളുടെയും ഘോഷത്തിനിടയിൽ മേൽശാന്തി ആയിരം തിരിയുള്ള ഉള്ള വിളക്ക് തെളിയിച്ചു പൂജ ചെയ്യുമ്പോൾ ഭഗവാനെ കൺകുളിർക്കെ കണ്ടു തൊഴാൻ കാത്തുനിൽക്കുന്ന

ഭക്തജനങ്ങളിൽ നിന്നും "ശംഭോ മഹാദേവ" എന്ന വിളി ഉയരും. ഉച്ചയ്ക്ക് 12 മണിക്ക് ഭോഗാരതി, വൈകുന്നേരം സപ്തർഷി ആരതി, രാത്രി 11 മണിക്ക് ശൃംഗാര ആരതിയും, ശയന ആരതിയും കഴിഞ്ഞ് ക്ഷേത്രനട അടയ്ക്കും. ശിവരാത്രിക്ക് നട അടക്കാറില്ല.

ശ്രീ വിശ്വനാഥ ക്ഷേത്രത്തിൽ നിന്നും അല്പദൂരം മുന്നോട്ടുപോയാൽ ശക്തി പീഠങ്ങളിൽ ഒന്നായ ശ്രീ വിശാലാക്ഷി ക്ഷേത്രത്തിലെത്താം. അതിന് സമീപത്തായി ശ്രീകൃഷ്ണ ക്ഷേത്രവും ഉണ്ട്. ഇവിടെത്തന്നെ രാധയുടേയും, രുഗ്മിണിയുടേയും പ്രതിഷ്ഠകളും കാണാം. അവിടെ നിന്നും തിരിച്ചുള്ള യാത്രയിൽ ശ്രീ അന്നപൂർണേശ്വരി ക്ഷേത്രത്തിൽ എത്താം കാശിയിൽ എത്തുന്നവർ വിശന്നു ഇരിക്കാനോ പട്ടിണി കിടക്കാൻ പാടില്ല എന്ന് ദേവിക്ക് നിർബന്ധം. എത്ര പേർ എത്തിയാലും അവർക്കെല്ലാം വിഭവസമൃദ്ധമായ ഭക്ഷണം നിത്യവും വിളമ്പുന്നു.

അന്നപൂർണ ദേവിയെ ആരാധിക്കുന്നവർക്ക് അന്നം മുട്ടില്ലെന്നും ധനശേഷി കൈവരുമെന്നാണ് വിശ്വാസം. കുബേരൻറെ പ്രതിഷ്ഠയും ക്ഷേത്രത്തിലുണ്ട്. അന്നദാനത്തിന് സംഭാവനകൾ നൽകുന്ന ഭക്തരുമുണ്ട്. ക്ഷേത്രോത്സവം ദീപാവലിക്ക് മുൻപാണ്, ആ സമയത്ത് മധുരപലഹാരങ്ങളുടേയും, പഴങ്ങളുടെയും കൂനകൾ കൊണ്ട് അവിടം നിറയും. ഒരു മഹാ നൈവേദ്യത്തിന് വേണ്ടിയാണിത്. പൂജയ്ക്കുശേഷം അവ ഭക്തജനങ്ങൾക്കു തന്നെ പ്രസാദമായി വിതരണം ചെയ്യുന്നു.

1925-ൽ മറാത്ത ഭരണാധികാരിയായ പേഷ്വ ബാജിറാവു ഒന്നാമനാണ് ക്ഷേത്രം നിർമ്മിച്ചതെന്ന് പറയപ്പെടുന്നു. "ഭഗവതി ഒരുകാലത്തും ഞങ്ങൾക്കും ഞങ്ങളുടെ സന്തതി പരമ്പരകൾക്കും അന്നം മുട്ടരുതേ എന്ന

പ്രാർത്ഥനയോടെയാണ് ഭക്തർ ക്ഷേത്രം വിടുന്നത്. ഒരിക്കൽ ഭക്ഷണമില്ലാതെ ശിവകുടുംബം പരുങ്ങലിലായപ്പോൾ ഭഗവാന് അന്നം വിളമ്പിയ കഥയും കാശി നിവാസികൾ ഓർമിപ്പിക്കുന്നു. അന്നപൂർണ ദേവി ക്ഷേത്രത്തിൽ നിന്നും ഭവാനി ക്ഷേത്രത്തിലേക്കുള്ള വഴിയിൽ പഞ്ചമുഖ വിഘ്നേശ്വരന്റെ രണ്ടു ക്ഷേത്രങ്ങൾ കാണാം. ചുറ്റും മതിൽ കെട്ടി സംരക്ഷിച്ചിട്ടുള്ള ശ്രീ ദുർഗ്ഗാദേവി ക്ഷേത്രത്തിലെത്തുമ്പോൾ കേരളത്തിലെ ഒരു ഗ്രാമക്ഷേത്രത്തിലെത്തിയ പ്രതീതിയാണ്.

ക്ഷേത്ര നിർമ്മിതിയിലെ വാസ്തു ശൈലിയും 12 തൂണുകളും, സംഗീത വേദിയും, എല്ലാം ചേതോഹരം. 1808-ൽ ഇവിടെ ജില്ലാ കളക്ടറായിരുന്ന വില്യം ജെയിംസ് തോണിയപകടത്തിൽപ്പെട്ടപ്പോൾ തോണിക്കാരന്റെ നിർദ്ദേശപ്രകാരം ദേവിയെ പ്രാർത്ഥിച്ചുവെന്നും അപകടത്തിൽ നിന്നും രക്ഷപ്പെട്ടതിന്റെ സ്മരണയ്ക്കായി അദ്ദേഹം ഒരു മണി സമർപ്പിക്കുകയും ചെയ്തു. അത് ഇപ്പോഴും ക്ഷേത്രത്തിൽ ഉണ്ട്.

ശ്രീ ദുർഗ്ഗാദേവി ക്ഷേത്രത്തിൽ നിന്നും അധികം ദൂരത്തല്ലാതെയാണ് ശ്രീ തുളസി മാനസ മന്ദിർ എന്ന ക്ഷേത്രം. രാമായണത്തിലെ വരികൾ ആലേഖനം ചെയ്തിട്ടുള്ള ഏറെ ആകർഷകമായ ക്ഷേത്രത്തിന്റെ ഹാളിൽ ഒരു അറ്റത്തായി ശ്രീരാമനെയും, സീതയുടെയും, ഹനുമാന്റെയും പ്രതിഷ്ഠകൾ. മുകളിലെ നിലയിലേക്ക് കയറുന്നിടത്ത് ഭക്തകവി തുളസീദാസൻ രാമായണം വായിക്കുന്നത് കേൾക്കാം. യന്ത്ര രൂപത്തിലാണെങ്കിലും തീർത്ഥാടകരായ സന്ദർശകരെ ഭക്തിപുരസ്സരം ആകർഷിക്കും. രാമായണ കഥാ ഭാഗങ്ങൾ പലരും തയ്യാറാക്കി പ്രദർശിപ്പിച്ചിരിക്കുന്നു. ഈ വഴി മുന്നോട്ടു പോകുമ്പോഴാണ്

ശ്രീ സങ്കടമോചൻ ക്ഷേത്രം. ജയ് ശ്രീരാം എഴുതിയ ക്ഷേത്ര കവാടം കടന്നാൽ വടവൃക്ഷങ്ങൾ ശാഖകൾ നീട്ടി നിൽക്കുന്നു ക്ഷേത്രവളപ്പിൽ "ശ്രീരാം ജയ രാം, ജയ ജയ രാം" നാമസങ്കീർത്തനം കേൾക്കാം. പ്രഭാഷണങ്ങൾക്കും, സംഗീത പരിപാടികൾക്കും ഇടയ്ക്കിടെ ക്ഷേത്രാന്തരീക്ഷം വേദിയാകാറുണ്ട്. ഇങ്ങനെ എത്രയെത്ര ക്ഷേത്രങ്ങൾ കാശിയിൽ ഉണ്ട്. കുറഞ്ഞ ദിവസം കൊണ്ട് തീർത്ഥാടനം പൂർത്തിയാക്കുന്നവർ അടുത്തതായി ശ്രീ കാലഭൈരവ ക്ഷേത്രം കൂടി സന്ദർശിക്കുന്നു.

ഭൈരവ ക്ഷേത്രത്തിൽ അഷ്ടമിക്കുള്ള ദർശനം ശുഭമത്രേ. ഹനുമാൻ ഘാട്ടിലെ രുദ്ര ഭൈരവൻ, ദുർഗ്ഗാ കുണ്ടിലെ ചന്ദ്ര ഭൈരവൻ, വൃദ്ധ കാലേശ്വരിലെ ഗംഗാ ഭൈരവൻ, കാമാക്ഷി ക്ഷേത്രത്തിനടുത്തുള്ള ക്രോധ ഭൈരവൻ, പഞ്ചക്രോശ യാത്രാ പാതയിലെ ഉൻമത്ത ഭൈരവൻ, മൈദാഗിനിലെ ഭീഷണ ഭൈരവൻ, ലാട്ട് ഭൈരവൻ അല്ലെങ്കിൽ കപാല ഭൈരവൻ, സങ്കര ഭൈരവൻ എന്നിങ്ങനെ എട്ട് ഭൈരവന്മാരും കാശിയിൽ ഉണ്ട്.

ത്രൈലോക്യ, വിജയാ, ശക്തി തുടങ്ങി 74 ദേവിമാർ കാശിയിൽ പലയിടത്തുമായി കുടികൊള്ളുന്നു. ആയുധധാരികളായ അവരും കാലഭൈരവനെ പോലെ കാശിയെ സംരക്ഷിക്കുന്നു എന്നാണ് വിശ്വസിക്കുന്നത്. ഈ ദേവിമാരെ ആരാധിച്ചു കൊണ്ട് തീർത്ഥാടനം ആരംഭിച്ചാൽ വിഘ്നം കൂടാതെ പൂർത്തിയാക്കാം എന്ന് വിശ്വസിക്കുന്നു.

സൂര്യ ദേവൻ ഭഗവാൻ പരമശിവനെ പൂജിച്ച പുണ്യസ്ഥലങ്ങൾ ഭാരതത്തിൽ പലയിടത്തും ഉണ്ടെങ്കിലും പരമപ്രധാനമായ സ്ഥലം കാശി എന്ന് പുരാണം.

ലളിതാ ഘാട്ടിലെ ഗംഗാദിത്യ ക്ഷേത്രം – ഭാഗീരഥൻ ഗംഗയെ ഭൂമിയിലേക്ക് കൊണ്ടുവരാൻ ശ്രമിച്ചപ്പോൾ സൂര്യൻ

കാശിയിൽ എത്തി ഭഗവാനെ ദർശിച്ച സ്ഥാനം. ആ സമയത്ത് ഗംഗയെ വണങ്ങിയതിനാലാണ് ഗംഗാ ആദിത്യൻ എന്ന പേര് ഉണ്ടായത് എന്നാണ് ഐതിഹ്യം.

മീർ ഘാട്ടിലെ വൃദ്ധ ആദിത്യൻ - വേദ പണ്ഡിതനായ ഒരു വൃദ്ധൻ ഇവിടെ തപസ്സനുഷ്ഠിച്ച് സൂര്യനെ പ്രാർത്ഥിച്ചതിനാൽ സൂര്യദേവൻ പ്രസാദിച്ച് യൗവനം വീണ്ടെടുക്കുകയും ചെയ്തു എന്നാണ് പറയപ്പെടുന്നത്. ദേവന് വൃദ്ധാദിത്യൻ എന്ന പേരും ഉണ്ടായി.

ദ്രൗപതി ആദ്യത്തെ ക്ഷേത്രം – ദ്രൗപതിക്ക് അക്ഷയപാത്രം നൽകിയത് സൂര്യദേവനാണല്ലോ ആയതിനാൽ ദ്രൗപതി ആരാധിച്ചിരുന്ന ക്ഷേത്രത്തിന് ഈ പേരും ലഭിച്ചു.

അടുത്തത് ലോലാർക്കര ആദ്യത്തെ ക്ഷേത്രം - ലോലാർക്കര കടവിൽ സ്നാനം ചെയ്ത് ഈ ക്ഷേത്രത്തിൽ തൊഴുതാൽ മാറാരോഗങ്ങൾ മാറും എന്ന് വിശ്വസിക്കുന്നു.

പഞ്ച ഗംഗാ ഘാട്ടിനടുത്തുള്ള ശ്രീ **മയൂഖാദിത്യ ക്ഷേത്രമാണ്** അടുത്തത്. ഉമാമഹേശ്വര ദേവന്മാരെ പ്രതിഷ്ഠിച്ചിട്ടുള്ള ഇവിടെ സൂര്യനെ മയൂഖൻ എന്ന ദിവ്യൻ ആരാധിച്ചിരുന്നു എന്നാണ് വിശ്വസിക്കുന്നത്. ക്ഷേത്രത്തിന് ആ പേര് വരാനുള്ള കാരണവും അതാണ്. ഈ ക്ഷേത്രം മംഗള ഗൗരി ക്ഷേത്രത്തിനടുത്ത് സ്ഥിതിചെയ്യുന്നു.

അടുത്തത് **അരുണാദിത്യ ക്ഷേത്രം** - ത്രിലോചന ക്ഷേത്രത്തിലാണ് കശ്യപ മഹർഷിയുടെ പ്രാർത്ഥനയിൽ സൂര്യദേവൻ അനുഗ്രഹിച്ച സ്ഥാനം. സാംബന്റെ രോഗം സുഖപ്പെടുത്തിയ സൂര്യദേവൻ ശ്രീ വിശ്വനാഥ ക്ഷേത്രത്തിനടുത്തുവെച്ച് സാംബനെ അനുഗ്രഹിച്ച സ്ഥാനമായതിനാൽ **സാംബാദിത്യ ക്ഷേത്രം** എന്നറിയപ്പെട്ടു.

കാശി നഗരത്തിൻറെ ഉത്തരം ദിക്കിലും ഒരു സൂര്യക്ഷേത്രം ഉണ്ട്. **ഉത്തരാർക്കൻ** എന്നാണ് ഈ ക്ഷേത്രം അറിയപ്പെടുന്നത്. ഒരു ഭക്തയും ആട്ടിൻകുട്ടിയും കൂടെ ഇവിടെ ഇരുന്ന് തപസ്സനുഷ്ഠിച്ചതായി ഒരു കഥയുമുണ്ട്.

യമധർമ്മൻ തപസ്സനുഷ്ഠിച്ച സങ്കടമോചൻ ഘാട്ടിൽ **യമാദിത്യ ക്ഷേത്രമുണ്ട്.**

അടുത്തത് **കേശവാദിത്യ ക്ഷേത്രം** - കേശവ ഭഗവാനെ പൂജിക്കുന്നതിനായി സൂര്യൻ പ്രാർത്ഥിച്ച സ്ഥലത്തെ ക്ഷേത്രം. കുഷ്ഠരോഗിയായിരുന്ന വിമലൻ എന്നൊരു ഭക്തൻ സൂര്യനെ പ്രാർത്ഥിച്ചപ്പോൾ ഭഗവാൻ പ്രത്യക്ഷപ്പെട്ട് രോഗം മാറ്റിയ സ്ഥാനത്തെ ക്ഷേത്രം. ജംഗൻ വാടി മഠത്തിൽ അടുത്താണ് ഈ വിമലാദിത്യ ക്ഷേത്രമുള്ളത്.

വേദങ്ങളുടെ ചൈതന്യം ഉൾക്കൊണ്ട വേദാദിത്യ ക്ഷേത്രവും കാശിയിൽ ഉണ്ട്.

മയിലിൻറെ പുറത്തേറിയ സുബ്രഫണ്യസ്വാമിയുടെ പ്രതിഷ്ഠയുള്ള ഒരു ക്ഷേത്രവും വേദാദിത്യ ക്ഷേത്രത്തിനു സമീപം ഉണ്ട്. സുബ്രഫണ്യസ്വാമിയുടെ പ്രതിഷ് കൂടാതെ ഗണപതിയുടെയും പ്രതിഷ്ഠയുണ്ട്. വർഷംതോറും ഡിസംബറിൽ ഉത്സവം. ഉത്സവകാലത്ത് ക്ഷേത്ര പറമ്പിൽ ഒരു കുഴിയുണ്ടാക്കി ആണ് ചടങ്ങുകളുടെ തുടക്കം. ഈ കുഴിയുടെ സ്ഥാനത്ത് അടിത്തട്ടിൽ ദിവ്യ ശില ഉണ്ടെന്നാണ് പറയപ്പെടുന്നത്. പണ്ട് ഒരു സ്ത്രീ ഭർത്താവിനെ ചിതയിൽ ചാടി സതി എന്ന ആചാരം അനുഷ്ഠിച്ച സ്ഥാനമാണിത് എന്ന് സമീപവാസികൾ പറയുന്നു. കേരളത്തിൽ കാണപ്പെടുന്നത് പോലെ ധാരാളം കുടുംബ ക്ഷേത്രങ്ങളും കാശിയിൽ ഉണ്ട്.

അതുപോലെ വാരണാസിയിലെ തുടക്കസ്ഥാനത്തെ ആദ്യ ക്ഷേത്രമായി അറിയപ്പെടുന്നത് ശൂൽട്ടാൻഗേശ്വർ ക്ഷേത്രവും, അതിർത്തിയിലെ അവസാനത്തെ ക്ഷേത്രമായി

കണക്കാക്കപ്പെടുന്നത് ആദികേശവക്ഷേത്രമാണെന്ന് പറയപ്പെടുന്നു.

വേദവ്യാസന്റെ ക്ഷേത്രം കാശിയിൽ ഉണ്ട്. ഗംഗയുടെ മറുകരയിൽ ആണത്. രാംനഗർ കൊട്ടാരത്തിന്റെ അടുത്തുകൂടി അവിടെയെത്താം. വ്യാസൻ കാശിയിൽ വസിച്ചിരുന്നപ്പോൾ കുറച്ചുനാൾ പട്ടിണി കിടക്കേണ്ടതായി വന്നു. അതിൽ ദുഃഖിതനായ വ്യാസൻ കാശി ദരിദ്ര നഗരമായി അറിയപ്പെടാൻ ഇടവരട്ടെ എന്ന് ശപിച്ചു.

ഇതറിഞ്ഞ ഭഗവാൻ പരമശിവൻ തന്റെ ഇഷ്ടവാസസ്ഥാനമായ കാശിയുടെ മഹിമ മങ്ങിപ്പോകുമല്ലോ എന്നുകരുതി ഗണപതിയോട് വിവരം പറഞ്ഞു. ഗണേശൻ വ്യാസനെ കുത്തിയെടുത്ത് ഗംഗയുടെ മറുകരയിലേക്ക് എറിഞ്ഞു. വ്യാസൻ അവിടെയിരുന്ന് തപസ്സുചെയ്തു ശിവനെ പ്രത്യക്ഷപ്പെടുത്തി. ഗംഗയുടെ മറുകരയിൽ കുടികൊള്ളുന്ന ശിവ പെരുമാളിനെ വന്നുകാണാൻ അനുവദിക്കണമെന്ന് മാത്രമായിരുന്നു വ്യാസന്റെ ആഗ്രഹം. തിങ്കളാഴ്ച തോറും ദർശനത്തിന് എത്താൻ അനുവദിക്കുകയും, ശാപമോക്ഷം നൽകുകയും ചെയ്തു. അങ്ങനെ കാശി, ഭഗവാൻ വേദ വ്യാസന്റെ ഇഷ്ടഭൂമിയായി.

5

ശ്രീ അയ്യപ്പ ക്ഷേത്രം

കാശിയിലെ അതിപുരാതനമായ ആശ്രമമാണ് ജഗൻവാടി മഠം. ആ മഠത്തിൽ നിന്നും അര കിലോമീറ്റർ അകലെ പാണ്ഡെഹവേലിയിൽ തിലഭാണ്ഡേശ്വര ക്ഷേത്രാങ്കണത്തിലാണ് ശബരിഗിരീശന്റെ ക്ഷേത്രം സ്ഥിതി ചെയ്യുന്നത്. കേരളത്തിന് പുറത്ത് ആദ്യം സ്ഥാപിക്കപ്പെട്ട അയ്യപ്പ ക്ഷേത്രവും ഇതാണെന്ന് പറയപ്പെടുന്നു. തിരുവനന്തപുരത്തുകാരനായ ശ്രീമദ് വിമോചനന്ദ സ്വാമികൾ മുൻകൈ എടുത്താണ് ക്ഷേത്രം സ്ഥാപിച്ചത്. കേരളീയരായ ആദ്ധ്യാത്മിക ആചാര്യന്മാരുടെ സാന്നിധ്യം എപ്പോഴുമുള്ള ഈ ദേവസ്ഥാനം കാശിയിലെത്തുന്ന മലയാളികളുടെ തീർത്ഥാടകർക്ക് അനുഗ്രഹവും സഹായവും ആണ്.

കാശി വിശ്വനാഥ ക്ഷേത്രത്തിൽ നിന്നും ഒരു കിലോമീറ്റർ അകലെയാണ് ശ്രീ തിലഭാണ്ഡേശ്വര ക്ഷേത്രം. സ്വയംഭൂവായ ശിവലിംഗ പ്രതിഷ്ഠയുള്ള ഈ ക്ഷേത്രത്തിലാണ് കലിയുഗവരദനായ ശ്രീ അയ്യപ്പനേയും പ്രതിഷ്ഠിച്ചിരിക്കുന്നത്. തിലം എന്നാൽ എള്ള് എന്നാണ് അർത്ഥം. ഇവിടുത്തെ ശിവലിംഗം എള്ളോളം വലിപ്പത്തിൽ വളർന്നുകൊണ്ടിരിക്കുന്നതിനാലാണ് ഈ സ്ഥലത്തിന്

തിലഭാണ്ഡേശ്വരം എന്ന് പേരുണ്ടായതെന്ന് സ്ഥലപുരാണം വെളിപ്പെടുത്തുന്നു. ഏതെങ്കിലും ഒരു പ്രാണി ജീവിതകാലത്ത് ഒരു പ്രാവശ്യമെങ്കിലും ഈ ലിംഗത്തെ സ്പർശിച്ചാൽ ഭഗവാൻ മഹാദേവൻ അവർക്ക് മുക്തിമാർഗ്ഗം കാട്ടിക്കൊടുക്കും എന്ന് വിശ്വസിക്കുന്നു. കാശിയിലെ എള്ളുകൃഷി ചെയ്തിരുന്ന പാടത്തു കാണപ്പെട്ട ഈ ശിവലിംഗത്തിന് മൂന്നാൾ പൊക്കം വരും, അക്കാലത്ത് കാശിയിൽ ഉത്സവം നടക്കുമ്പോൾ ഈ ശിവലിംഗത്തിൽ ഭക്തർ എള്ള് കൊണ്ട് എറിയുന്ന ചടങ്ങും ഉണ്ടായിരുന്നുവത്രെ. ആ ശിവലിംഗം തിലഭാണ്ഡേശ്വരത്ത് കൊണ്ടുവന്ന പ്രതിഷ്ഠിക്കുകയായിരുന്നു.

തിലഭാണ്ഡേശ്വര ക്ഷേത്രത്തിലെ രണ്ടാം നിലയിൽ ശിവലിംഗാഗ്രം കാണാം. ഈ ജാഗ്രതാ ശിവലിംഗത്തിന്റെ മാഹാത്മ്യം മനസ്സിലാക്കിയ വിപാണ്ഡു മഹർഷി ഇവിടെ പൂജിച്ചിരുന്നു എന്ന് ഐതിഹ്യം. ആദി ശങ്കരാചാര്യ സ്വാമികൾ, ദണ്ഡി സ്വാമികൾ തുടങ്ങി ധാരാളം ഋഷിവര്യന്മാരുടെ പാദസ്പർശമേറ്റ തിലഭാണ്ഡേശ്വര മഹാക്ഷേത്രത്തിൽ ഇന്നും തീർത്ഥാടകരുടെ തിരക്കുണ്ട്.

പ്രധാന ശിവലിംഗപ്രതിഷ്ഠക്ക് ചുറ്റും ധാരാളം ശിവലിംഗങ്ങൾ ഉണ്ട്. ദക്ഷിണാമൂർത്തി, ഗണപതി, ഉമാമഹേശ്വരന്മാർ, മഹാവിഷ്ണു, സുബ്രഹ്മണ്യൻ, കാലഭൈരവൻ, നാഗദേവത, നാഗേശ്വരൻ, കാമേശ്വരൻ, ആഞ്ജനേയൻ, അർദ്ധനാരീശ്വരൻ, മാർക്കണ്ഡേയൻ, ശ്രീ ചന്ദ്രേശ്വരൻ തുടങ്ങിയ ദേവ പ്രതിഷ്ഠകൾക്ക് പുറമേ ശിവനാമ സ്തൂപവും ഉണ്ട്. ശ്രീകോവിലിന്റെ പൂർവ്വ ഭാഗത്തായി ശ്രീരാമക്ഷേത്രം, സാളഗ്രാമ ഗണപതി, സരസ്വതി, ശ്രീ രാധാകൃഷ്ണൻ, ശ്രീ ശങ്കരാചാര്യ സ്വാമികൾ തുടങ്ങിയ പ്രതിഷ്ഠകളും ഇവിടെ ഉണ്ട്. ഈ ശിവലിംഗ ദർശനം കൊണ്ട് പിതൃശാപം പോകുമെന്ന വിശ്വാസവും നിലനിൽക്കുന്നു.

രുദ്രാഭിഷേകവും, അലങ്കാര പൂജയും പ്രധാന വഴിപാടുകളാണ്. ശിവരാത്രി ആഘോഷവും, മണ്ഡലകാല പൂജകളും വിശേഷമാണ്.

കാശിയിലെ ശിവരാത്രി ഉത്സവത്തിന്റെ വിശേഷം പറയാവതല്ലല്ലോ. ആയിരം ഏകാദശി വ്രതം അനുഷ്ഠിക്കുന്ന പുണ്യം കാശിയിലെ അര ഏകാദശി കൊണ്ട് ലഭിക്കുമെന്നാണ് പഴമൊഴി. കേരളീയനായ ശ്രീമദ് സ്വാമി ശിവാനന്ദ ഗിരിയാണ് തിലഭാണ്ഡേശ്വരക്ഷേത്ര മഠാധിപതി. എല്ലാവർക്കും പ്രിയങ്കരനായ സ്വാമികളുടെ സഹായം വിലപ്പെട്ടതാണ്, പ്രത്യേകിച്ചും മലയാളികൾക്കും മറ്റ് ദക്ഷിണേന്ത്യക്കാർക്കും. ആദ്യകാലത്തുണ്ടായിരുന്ന ശ്രീമദ് ശ്രീധരാനന്ദ സ്വാമികളുടെ ശിഷ്യനാണ് ശ്രീ ശിവാനന്ദ ഗിരി സ്വാമികൾ. ബാരിസ്റ്റർ സ്വാമി എന്നറിയപ്പെടുന്ന ശ്രീ വീ. ജീ. നായർ തുടങ്ങിയ ധാരാളം സന്ന്യാസി ശ്രേഷ്ഠന്മാർ ഇവിടെ താമസിച്ചിട്ടുണ്ട്. ഇതിനടുത്താണ് കാശിയിലെത്തുന്ന തീർത്ഥാടകരായ മലയാളികൾക്ക് ഇഷ്ടഭക്ഷണം നൽകുന്ന കേരളകഫേ സ്ഥിതിചെയ്യുന്നത്.

സിന്ധ്യാ ഘാട്ടിൽ ശ്രീ ആത്മവീരേശ്വര ക്ഷേത്രം സ്ഥിതി ചെയ്യുന്നു. ഭഗവാൻ ശ്രീ ആത്മ വീരേശ്വരന്റെ പ്രതിഷ്ഠ കൂടാതെ കാർത്ത്യായനിദേവിയും ഉണ്ട്. ഇവിടെ കണികനേരം ചെലവഴിച്ചാൽ കല്പ്പാന്തകാലം സുഖജീവിതം എന്നാണ് പ്രമാണം. രാത്രി ഒൻപതു മണിക്കുള്ള പൂജയിലും, ആരതിയിലും പങ്കെടുക്കുന്നത് ഒൻപത് പൂജാരിമാരാണ്. സ്വാമി വിവേകാനന്ദന്റെ മാതാപിതാക്കൾ ഈ ക്ഷേത്രത്തിലെത്തി പ്രാർത്ഥിച്ച ശേഷമാണ് സ്വാമികളുടെ ജനനം എന്നും പറയപ്പെടുന്നു. ആത്മവീരേശ്വര ക്ഷേത്രത്തിന് അഭിമുഖമായിട്ടാണ് വടക്കോട്ട് ദർശനമുള്ള ശ്രീ ബഗളാമുഖി ദേവി ക്ഷേത്രം. മുന്നിൽ ഘടോൽക്കചന്റെ

പ്രതിഷ്ഠയുണ്ട്. വനവാസകാലത്ത് പാണ്ഡവർ ഇവിടെ വസിച്ചിരുന്നതായി പുരാണം. തമിഴ്നാട്ടിലെ രാമേശ്വരത്ത് ശ്രീരാമനാഥ ക്ഷേത്രം ഉള്ളതുപോലെ കാശിയിലും ശ്രീ രാമേശ്വർ മഹാദേവ ക്ഷേത്രം ഉണ്ട്. പണ്ടത്തെപ്പോലെ ഇന്നും രാമേശ്വരത്ത് ദർശനം ചെയ്തു കോടി തീർത്ഥത്തിലെ ജലവുമായി കാശിയിൽ എത്തുന്നവരും, കാശിയിലെ തീർത്ഥാടനം കഴിഞ്ഞു ഗംഗാ ജലവുമായി രാമേശ്വരം യാത്ര പൂർത്തിയാക്കുന്നവരുമായ ധാരാളം തീർത്ഥാടകർ ഉണ്ട്. കാശിയിലെ വിശ്വനാഥ ക്ഷേത്രത്തിൽ തമിഴ്നാട്ടിൽനിന്നും എത്തുന്നവരുടെ പൂജയും ഉണ്ടെന്നാണ് അറിയാൻ കഴിഞ്ഞത്. ഈ രാമേശ്വർ ക്ഷേത്രത്തിനടുത്ത് ഗംഗാദേവി ക്ഷേത്രവുമുണ്ട്.

സിന്ധ്യാ ഘാട്ടിൽ തന്നെ വിന്ധ്യാവാസിനി ക്ഷേത്രമുണ്ട്. പ്രധാന പ്രതിഷ്ഠ ശ്രീ ശാരദ ദേവിയുടെയും, വിന്ധ്യാവാസിനിയുടെയും ആണ്. ഭാരതത്തിലെ പ്രസിദ്ധ ദ്വാദശ ദേവി ക്ഷേത്രങ്ങളിലൊന്നായ ശ്രീ വിന്ധ്യാവാസിനി ക്ഷേത്രം ഇവിടെ നിന്നും 50 കിലോമീറ്റർ അകലെ മിർസാപൂർ ല്ലയിലാണ്. കാശിയിലെ പോലെ കലി ബാധിക്കാത്ത സ്ഥലം. കൗശികാ ദേവി എന്ന് പ്രകീർത്തിക്കപ്പെടുന്ന ദേവിനന്ദ, കാരാഗ്രഹത്തിൽ നിന്നും എടുത്തുകൊണ്ടുപോയി നന്ദഗോപൻ എടുത്തുകൊണ്ടുപോയി നന്ദഗോപരുടെ വസതിയിൽ കിടത്തിയ ശിശു, തല്ലി കൊല്ലാൻ ശ്രമിച്ച കംസന്റെ കയ്യിൽ നിന്നും വഴുതിപ്പോയ ശ്രീ നന്ദാദേവിയുടെ ക്ഷേത്രമാണിത്.

സിന്ധ്യാ ഘാട്ടിൽ തന്നെ അഷ്ടഭുജങ്ങളോട് കൂടിയ പ്രതിഷ്ഠയുള്ള അചാനക് ദേവീക്ഷേത്രവും ഉണ്ട്. ഒരാളുടെ തലയിൽ തേങ്ങ വീണാൽ പോലും രക്ഷപ്പെടുത്തുന്ന ദേവി. നാം ഓരോ ചുവട് വെക്കുമ്പോഴും നമുക്ക് മുന്നേ നടക്കുന്ന

ഭഗവതി എന്നാണ് വിശ്വാസം.

അടുത്ത് തന്നെ വളരെ പ്രസിദ്ധമായ ശങ്കരാ ദേവി ക്ഷേവും ഉണ്ട്. സരസ്വതി ദേവിയും ഗണേശനും, അടക്കം പ്രതിഷ്ഠകൾ ഉള്ള ക്ഷേത്രത്തിലെ രാത്രി പൂജയ്ക്കും സവിശേഷത. തറ കെട്ടി സൂക്ഷിച്ചിരിക്കുന്ന ആൽമരങ്ങൾ നല്ലൊരു ആത്മീയ കാഴ്ചയാണ്.

ഭോസലെ ഘാട്ടിലാണ് ശ്രീ ലക്ഷ്മി നാരായണ ക്ഷേത്രം ഉള്ളത്. ശ്രീമൻ നാരായണനും മഹാലക്ഷ്മിയും ആയി കിഴക്കോട്ട് ദർശനം. ചിത്രത്തൂണുകളോട് കൂടിയ ഒറ്റക്കൽ മണ്ഡപവും ക്ഷേത്ര നിർമ്മാണ രീതികളും മനോഹരം. ഇടതുവശത്ത് മഹാദേവന്റെയും, നാഗങ്ങളുടെയും പ്രതിഷ്ഠ. ക്ഷേത്ര പരിസരവും ഗംഗയിലെ സ്നാന ഘട്ടങ്ങളും ഏറെ സുന്ദരം. കടവിലെ പടവുകളും തെളിഞ്ഞുകാണുന്ന പാറകളും മനോഹരമായ കാഴ്ച നൽകുന്നു. ധാരാളം സിനിമകളുടെ ഷൂട്ടിങ്ങിന് സാക്ഷ്യംവഹിച്ച സ്ഥലം. എം. ആർ. രവി നിർമ്മിച്ച്, നേമം പുഷ്പരാജ് സംവിധാനം ചെയ്ത "ബനാറസ്" എന്ന മലയാള ചലച്ചിത്രത്തിന്റെ ചിത്രീകരണവും ഇവിടെ വെച്ചായിരുന്നു.

ശ്രീ ലോലാർകേശ്വരനായ മഹാദേവന്റെ പ്രതിഷ്ഠയുള്ള ലോലാർക്കേശ്വർ ക്ഷേത്രവും കാശിയിൽ ഉണ്ട്. മഹാദേവന്റെയും, നവഗ്രഹങ്ങളുടെയും പ്രതിഷ്ഠകളുമുണ്ട്. സൂര്യകുണ്ഡ് എന്നറിയപ്പെടുന്ന ദിവ്യ തീർത്ഥക്കുളത്തിലെ ജലസ്പർശവും പുണ്യം.

ലോലാർക്കേശ്വരനു സമീപം തിരുവനന്തപുരത്ത് ജനിച്ച ഒരു സന്ന്യാസി നാലഞ്ച് പതിറ്റാണ്ടുകളായി വസിക്കുന്നുണ്ടായിരുന്നു. നീണ്ട ജഡാ മുടിയുമുള്ള ആ യോഗി നാലഞ്ച് വർഷങ്ങൾക്ക് മുൻപ് സമാധിയായി.

ശ്രീ ആദിവരാഹ ക്ഷേത്രം ഭൈരവ ഘാട്ടിൽ ഉണ്ട്. സിന്ധ്യാ ഘാട്ടിൽ മദ്ധ്യയമേശ്വറിനു സമീപം വസിഷ്ഠന്റെയും

ജമദഗ്നിശ്വരനെയും ദിവ്യ സ്ഥാനങ്ങളുണ്ട്. ദേവനാഥ് പുരയിലും, പ്രഹ്ലാദ ഘാട്ടിലുമായി ശിവലിംഗപ്രതിഷ്ഠക്കു മീതെ ഇരുവശങ്ങളിലും കുറുക്കന്മാരുടെ രൂപവും, തലയോട്ടികളും കാണാം. ലളിതാ ഘാട്ടിലും, ബംഗാളി ട്ടോലയിലും, കാളികാ ഗലിയിലും, ബ്രഹ്മ നാളത്തിലുമായി ശ്രീ താരാദേവിയുടെ നാല് സ്ഥാനങ്ങളുണ്ട്. ശ്രീ അന്നപൂർണ്ണാ ക്ഷേത്രത്തിലും, പഞ്ചഗംഗാ ഘാട്ടിലും, ഹനുമാൻ ഘാട്ടിലും യന്ത്രേശ്വര ലിംഗത്തിന്റെ മൂന്ന് സ്ഥാനങ്ങളും ഉണ്ട്. കാമാക്ഷി ക്ഷേത്രത്തിലും, രാജാ ഘാട്ടിലും, ചൗക്കമ്പയിലെ ശ്രീ ഗോപാൽ ക്ഷേത്രത്തിലും വടുക ഭൈരവന്റെ മൂന്ന് സ്ഥാനങ്ങൾ ഉണ്ട്. പാണ്ഡെ ഹവേലിയിലും, രാജാ മന്ദിറിലും, രാജാ ഘാട്ടിലും പഞ്ചമുഖി ഹനുമാൻറെ മൂന്ന് മൂർത്തികൾ കാണാം. ഈശ്വരഗംഗീ കുളത്തിനടുത്തും, പീതാംബരപ്പുരത്തും, അവധി കേശവ പുരത്തും, വരുണ ആദികേശവന്റെ ദക്ഷിണ പുരത്തും, ചിന്താമണി വിനായകന്റെ നാല് സ്ഥാനങ്ങളുണ്ട്.

സിദ്ധേശ്വരിയിലും, ജെയിത് പുരയിലും, അസിഘാട്ടിലും കിനാരാ ബാബ ആശ്രമത്തിലും ബഡാ ഗണേശിലുമായി ആറ് സ്ഥാനങ്ങളുള്ള ശ്രീ സിദ്ധേശ്വര ഭഗവാന്റെ ക്ഷേത്രങ്ങളുമുണ്ട്. പഞ്ചഗംഗാ ഘാട്ടിലെ ശ്രീ ശങ്കരാചാര്യ ആശ്രമത്തിലും വരുണയിലെ ശ്രീ ആദികേശവ ക്ഷേത്രത്തിനു പുറത്തും, ഗായിഘാട്ടിലും, ഹനുമാൻഘാട്ടിലും, ബ്രഹ്മ ഘാട്ടിലും, സിന്ധിയ ഘാട്ടിലും, നാരദ ഘാട്ടിലും, ബ്രഹ്മ ഘാട്ടിലും, അഗസ്ത്യ കുണ്ഡിലുമായി ശ്രീ ദത്താത്രയന്റെ ഒൻപത് സ്ഥാനങ്ങൾ ദർശിക്കാം. പിശാച് മോചൻ കുണ്ഡിലും, വലിയ ത്രിലോചനിലും ഉൾപ്പെടെ നാല് സ്ഥാനങ്ങൾ, കർപാത്രി ആശ്രമത്തിലും, ഭേലു പുരത്തും, പ്രഹ്ളാദ് ഘാട്ടിലും, നീലകണ്ഠ് മഹലിലും ആയി നീലകണ്ഠശ്വരന്റെ നാല് സംസ്ഥാനങ്ങളുണ്ട്. ശ്രീ വിശ്വനാഥ ക്ഷേത്രത്തിന്റെ ദക്ഷിണ

ഭാഗത്തും, ജ്ഞാനവാപിയിലും അതിനടുത്തുള്ള രാധാകൃഷ്ണ ധർമ്മ ശാലയിലും മണികർണ്ണികാ മാർഗ്ഗത്തിലുമായി അവി മുക്തേശ്വരന്റെ നാല് മൂർത്തികളും, ലോലാർ കുണ്ഡിലും, സിദ്ധേശ്വരിക്കടുത്തും, മൈദാഗിനിലും, പ്രഹ്ളാദ് ഘാട്ടിലുമായി ശ്രീ ബാണേശ്വരന്റെ നാല് മൂർത്തീ സ്ഥാനങ്ങളും സ്ഥിതി ചെയ്യുന്നു.

6

കാശിയിലെ യാത്രകൾ

കാശിയിൽ ഉള്ളവരും, തീർത്ഥാടകരായി കാശിയിൽ എത്തുന്നവരും ഗംഗാസ്നാനവും, ക്ഷേത്രദർശനവും പോലെ കാശിയിലെ യാത്രകളും വിശുദ്ധമായ ഒരു അനുഷ്ഠാനമായി കാണുന്നു. പഞ്ചക്രോശ യാത്രയും, അന്തർഗൃഹ യാത്രയും ഉൾപ്പെടെ നിരവധി യാത്രകൾ കാശിയിൽ ഉണ്ട്. പാദരക്ഷയോ, വാഹനമോ ഉപയോഗിക്കാതെ പുണ്യതീർത്ഥം ആചമിച്ച് വിധിപ്രകാരം പൂർത്തിയാക്കുന്ന കാശി പ്രദക്ഷിണമാണിത്. ഭഗവാൻ മഹാദേവൻ പോലും പുണ്യയാത്ര ചെയ്തിരുന്നു എന്നാണ് പുരാണം പ്രകീർത്തിക്കുന്നത്. നിത്യവും ഗംഗയിൽ സ്നാനം ചെയ്യുന്നവരാണ് എങ്കിലും, വിശ്വനാഥ ക്ഷേത്ര ദർശനം നടത്തുന്നവർ ആണെങ്കിലും വർഷത്തിലൊരിക്കലെങ്കിലും ഈ യാത്ര ചെയ്യുന്നു. തീർത്ഥാടകരിൽ പലരും ഏതെങ്കിലും യാത്രകൾ ചെയ്താണ് കാശിയിൽ നിന്നും മടങ്ങുന്നത്. കാശി നഗരത്തിൻറെ പടിഞ്ഞാറെ പ്രവേശനകവാടത്തിൽ ഉള്ള വിനായക സ്വാമിയെ സിന്ദൂരവും, ലഡുവും നൽകി നമസ്കരിക്കുന്നു. അതിനുശേഷം ചക്ര പുഷ്കരിണിയിലും, ഗംഗയിലും ഉടുത്തിരിക്കുന്ന വസ്ത്രത്തോടെ യാത്രികർ മുങ്ങിക്കുളിക്കുന്നു. പിന്നെ മണികർണ്ണികയിലെത്തി

സ്നാനത്തിനു ശേഷം ഡുംഡി വിനായകനെയും, കാശിവിശ്വനാഥ നെയും തൊഴുതു മടങ്ങി അന്നപൂർണ ദേവിയെ വലംവെച്ച് കാലഭൈരവനെ ദർശിച്ച് മുക്തി മണ്ഡപത്തിനു അടുത്തുള്ള വ്യാസ പീഠത്തിൽ എത്തി വേദവ്യാസ മഹാഗുരുവിനെ സ്മരിച്ചുകൊണ്ട് യാത്രകൾ ഏതും ആരംഭിക്കുന്നു. "ശംഭോ മഹാദേവ" ഞാൻ പാപമുക്തിക്കായി പഞ്ചക്രോശ യാത്ര ചെയ്യാൻ ആഗ്രഹിക്കുന്നു, എനിക്ക് അത് ഭംഗിയായി പൂർത്തിയാക്കാൻ കഴിയണം എന്ന് പ്രാർത്ഥിച്ച ശേഷം യാത്ര ആരംഭിക്കാം.

ഒരു ക്രോശം എന്നാൽ ഏകദേശം 12 കിലോമീറ്റർ. അസി ഘാട്ട് മുതൽ മണികർണിക ഘാട്ട് വരെ നീളുന്ന അഞ്ച് ക്രോശ യാത്ര പഞ്ചകോശ യാത്ര എന്ന പേരിൽ പ്രസിദ്ധമാണ്.

യാത്ര ഒറ്റയ്ക്കും കൂട്ടമായും നടത്തുന്നു. മൗന വ്രതത്തിൽ ആയിരിക്കുന്നവർ മൗനം വെടിഞ്ഞ് ഗംഗാജലം ആചമിച്ച് യാത്ര ആരംഭിക്കുന്നു. മിത ഭാഷണവും, മിത ഭക്ഷണവും, അനാർഭാടവുമായി വേണം യാത്ര ചെയ്യുവാൻ. യാത്രയിൽ കലഹിക്കുകയോ, അസഭ്യവാക്കുകൾ പറയാനോ പാടില്ല. ആഹാരം വാങ്ങുകയോ, വിൽക്കുകയോ വേണ്ട. യാത്രാവേളയിൽ പാദസ്പർശമേറ്റ് ഏതെങ്കിലും ജീവിക്ക് ഉപദ്രവം ഉണ്ടായാൽ ക്ഷമ ചോദിച്ചു പ്രാർത്ഥിക്കണം. ശിവലിംഗ സ്ഥാനങ്ങളിൽ കൂവളത്തില ചാർത്താനും, വന്ദിക്കാനും വിട്ടുപോയാൽ വിശ്വേശ്വരന് പുഷ്പങ്ങളർപ്പിച്ച് പ്രായശ്ചിത്തം ചെയ്ത് പ്രാർത്ഥിക്കണം.

യാത്രപുറപ്പെട്ട് കന്തവാ ഗ്രാമത്തിലെത്തി, കർദ്ദമേശ്വര ദേവസ്ഥാനത്തെ കുളത്തിൽ കയ്യും കാലും മുഖവും കഴുകി പ്രാർത്ഥിക്കണം. ആ സമയം "ഓം ശ്രീ കർദ്ദമേശ്വര തീർത്ഥായ നമ: എന്ന് ചൊല്ലി പ്രാർത്ഥിക്കണം. പിന്നെ കിണറ്റിൽ മുഖം

കാണിച്ച് "ഓം കർദ്ദമ കൂപായ നമ: എന്നും പ്രാർത്ഥിക്കുന്നു. പിന്നെ കർദ്ദമേശ്വര ഭഗവാന് ഗംഗാജലം, പഞ്ചാമൃതം, ചന്ദനം, വസ്ത്രം, പുഷ്പം, ദക്ഷിണ ഉൾപ്പെടെ ഏഴുതരം ധാന്യങ്ങളും ചെമ്പുപാത്രത്തിൽ സമർപ്പിക്കണം. ചെറിയൊരു കിണ്ണത്തിൽ നെയ് നിറച്ച് അതിൽ തീർത്ഥാടകരുടെ ഛായ കാണിച്ച ശേഷം ബ്രാഹ്മണർക്ക് ദാനം ചെയ്യണം. അന്ന് അവിടെ താമസിക്കണം. കർദ്ദമേശ്വരത്തു നിന്നും ഭീമാ ചണ്ഡിയിലെത്തി ഭഗവാൻ നീലകണ്ഠനെ തൊഴുതു പ്രാർത്ഥിച്ച ശേഷം കരമേതപുരം, അമര ഗ്രാമം, ദേവൂര് ഗ്രാമം, ഗൌര ഗ്രാമം, പ്രയാഗപുരം, അസവാരി ഗ്രാമം തുടങ്ങിയ പവിത്ര സ്ഥാനങ്ങളിലൂടെ യാത്ര ചെയ്ത് ഭീമാചണ്ഡി യിലെത്തി ദേവിക്ക് പാലഭിഷേകം ചെയ്ത് പ്രാർത്ഥിച്ച് അന്ന് അവിടെ താമസിക്കുന്നു.

പിറ്റേന്ന് കചനാര് ഗ്രാമത്തിലെ ഭഗവാനെ ദർശിച്ച് "ഓം ശ്രീ ഏകപാദ ഗണനായ നമ: എന്ന് പ്രാർത്ഥിച്ച് ഹരിപുരം ഗ്രാമത്തിലെ രാമേശ്വരത്ത് എത്തുന്നു. അവിടെനിന്നും ഹരസോക്ത ഗ്രാമത്തിലെ ഭൈരവനേയും, ലക്കോട്ടിയാക്ക് മുമ്പുള്ള സോമനാഥേശ്വരനെയും തൊഴുത് ജനസ ഗ്രാമത്തിലൂടെ കടന്നു ചൗക്കണ്ഡി ഗ്രാമത്തിലെ ക്ഷേത്രത്തിലെത്തി പ്രാർത്ഥിക്കുന്നു. അവിടെ നിന്നും ഭദൌലി ഗ്രാമത്തിലൂടെ യാത്ര ചെയ്തു ദഹലി ഗ്രാമത്തിൽ എത്തുന്നു. അവിടെ വരുണയിൽ സ്നാനം ചെയ്തു പിതൃതർപ്പണം നടത്തി രാമേശ്വര ദർശനം നടത്തുന്നു. തുടർന്ന് ഭൂയിലി ഗ്രാമത്തിലെത്തി ഉദ്ദണ്ഡ വിനായകനെ ദർശിച്ച് യാത്ര തുടരുന്നു. പിന്നീടുള്ള പ്രയാണത്തിൽ ആദ്യം കാണുന്ന ദേവീക്ഷേത്രത്തിൽ എത്തി "ശ്രീ രുദ്രാണി ദേവൈ നമ:" എന്ന് പ്രാർത്ഥിക്കുന്നു. തുടർന്നുള്ള യാത്രയിൽ

ഹിരംപുരു ഗ്രാമവും കടന്ന് കാരോഹ ഗ്രാമത്തിലെത്തി രാത്രി കഴിയുന്നു.

പുലർച്ചെ സ്നാനാദികർമ്മങ്ങൾക്ക് ശേഷം പൂജയും പ്രാർത്ഥനയും കഴിഞ്ഞ നാല് ക്രോശവും പിന്നിട്ട് രാമേശ്വരത്ത് എത്തുന്നു. പിന്നെ കാരോഹ ഗ്രാമത്തിലെത്തി സംഗമേശ്വര ദേവനെ വിളിച്ച് പ്രാർത്ഥിക്കുന്നു. അതിനുശേഷം ദ്രൗപതി കുണ്ഡിൽ നിന്നും കമണ്ഡലുവിൽ ജലം എടുത്ത് യാത്ര തുടരുന്നു. സദർ അങ്ങാടിയിലുള്ള "ഓം പാശപാണി വിനായക നമ:" എന്ന് ചൊല്ലി പ്രാർഥിച്ചശേഷം ഖജൂരി ഗ്രാമത്തിലും, കപില ഗ്രാമത്തിലും, മണികർണ്ണികയിലേക്കുള്ള വഴിയിലെ ദേവൻമാരെ ദർശിച്ചശേഷം 'ജൌ' എന്ന ധാന്യം വിതറി യാത്ര തുടരുന്നു.

പ്രഹ്ലാദ് ഘാട്ടിലും, ത്രിലോചൻ ഘാട്ടിലും, പഞ്ചഗംഗാ ഘാട്ടിലുമുള്ള ദേവസ്ഥാനങ്ങളിലൂടെ പഞ്ചഗംഗാ ഘാട്ടിൽ എത്തി "ഓം ബിന്ദു മാധവായ നമ: എന്ന് മന്ത്രിച്ച് ബിന്ദു മാധവ ക്ഷേത്രത്തിൽ ദർശനം നടത്തുന്നു. അവിടെനിന്നും മംഗള ഗൌരി ക്ഷേത്രത്തിലൂടെ സിദ്ധ്യാ ഘാട്ടിലെത്തി "മഹേശ്വരായ നമ:" എന്ന് വിളിച്ച് പ്രാർത്ഥിച്ചശേഷം ഗംഗാ തീരത്തെ മഠിയിലെത്തുന്നു. അവിടെ തീർത്ഥക്കുളത്തിനരുകിലൂടെ നടന്ന് അമ്പത്തിയാറ് വിനായകന്മാരെയും മനസ്സിൽ ധ്യാനിച്ച് ധാന്യം വിതറി സ്നാനം ചെയ്ത് മണികർണ്ണിക, അന്നപൂർണ്ണ എന്നീ ക്ഷേത്രങ്ങളിൽ എത്തിയശേഷം കാശിവിശ്വനാഥനെ തൊഴുത് പ്രദക്ഷിണവഴിയിൽ ശ്രീ കൃഷ്ണനെയും വന്ദിച്ചശേഷം ഭക്തിനിർഭരമായ പഞ്ചക്രോശയാത്ര പൂർത്തിയാക്കി വ്യാസ പീഠത്തിലെത്തി ആചാര്യനെ നമസ്കരിച്ച് അനുഗ്രഹം വാങ്ങുന്നു. ഈ സമയം "ജയ് വിശ്വേശ്വര, വിശ്വാത്മജ, കാശിനാഥ, ജഗദ് ഗുരോ ത്വാത്, പ്രസന്ന ത്വാത്, മഹാദേവ

കൃപ ക്ഷേത്ര പ്രദക്ഷിണ" എന്ന് ചൊല്ലുകയോ, ആചാര്യൻ ചൊല്ലുന്നത് കേൾക്കുകയോ വേണം. യാത്രയ്ക്ക് ശേഷം സങ്കല്പങ്ങളെല്ലാം പൂർത്തിയാക്കി ആചാര്യന്മാർക്ക് ദക്ഷിണ നൽകിയും, ആശീർവാദം വാങ്ങിയും തീർത്ഥാടകർ അവരുടെ വീടുകളിലേക്ക് തിരിച്ചു പോകുന്നു. വീട്ടിലെത്തിയ ശേഷം കുടുംബാംഗങ്ങൾ എല്ലാവരും ചേർന്ന് ഭക്ഷണം കഴിക്കുന്നു.

ഇത്തരത്തിൽ പഞ്ചക്രോശയാത്മക ജ്യോതിർലിംഗ സ്ഥാനത്തെ പ്രദക്ഷിണം വെയ്ക്കുന്നവർ പാപമുക്തി നേടി കൃതാർത്ഥരായി 84 ജന്മത്തിലും ശിവ സായൂജ്യത്തിന് അർഹരാകും എന്ന ഒരു വിശ്വാസവുമുണ്ട്.

7

വിനായക ദർശന യാത്ര

പഞ്ചക്രോശ യാത്രയ്ക്ക് പുറമേ മറ്റു ചില യാത്രകളും ഈ പുണ്യ ഭൂമിയിൽ നടക്കുന്നു. അതിലൊന്നാണ് വിനായക ദർശന യാത്ര. 56 വിനായകന്മാരെയും തൊഴുത് മറ്റ് വിനായക ക്ഷേത്രങ്ങളിലും എത്തി ഗണേശൻമാരെ ദർശിക്കുന്നു. ചതുർത്ഥി തിഥി യിലായാൽ ഉത്തമം. ചൊവ്വയും ചതുർത്ഥിയും ചേർന്നു വരുന്ന ദിനമാണെങ്കിൽ കൂടുതൽ ശ്രേയസ്കരം. ഭക്ത ജനങ്ങളുടെ ദുരിതങ്ങൾ മാറാനും, വിഘ്നങ്ങൾ അകന്ന് സമ്പത്തും ഐശ്വര്യവും വർദ്ധിക്കാനും ഈ യാത്ര വഴിവെക്കുമെന്നാണ് വിശ്വാസം.

കാശിയിൽ ധാരാളം സിദ്ധന്മാർ എത്തി ശിവലിംഗങ്ങളെ പൂജിച്ചു ദർശനങ്ങളിലൂടെ അഭിലാഷങ്ങളൊക്കെ സാധ്യമാക്കിയിട്ടുണ്ട്. അതുപോലെ കാശിയിലെ ഭക്തജന യാത്രയിലൂടെ 73 സിദ്ധ ലിംഗങ്ങളെ ദർശിക്കുന്ന അപൂർവ്വ ചടങ്ങാണ് പ്രസിദ്ധ സിദ്ധ ലിംഗ യാത്ര.

ഓംകാരേശ്വർ ക്ഷേത്രത്തിനു താഴെയായി മുൻപ് ഒരു ക്ഷേത്രം ഉണ്ടായിരുന്നു. ഇന്നും ഭക്തർ അവിടെയെത്തി "ഓം താര തീർത്ഥായ നമ:" എന്ന് പ്രാർത്ഥിച്ചു ഭൂമി പൂജ ചെയ്യുന്നു. പിന്നെ ചതുർ ശൂലേശ്വര സ്ഥാനങ്ങളേയും വലം വെക്കുന്നു. മേടം, ഇടവം, കർക്കിടകം എന്നീ മാസങ്ങളിലെ

കൃഷ്ണപക്ഷത്തിലെ പ്രഥമ മുതൽ ചതുർദശി വരെയുള്ള ദിവസങ്ങളാണ് ഈ ഓംകാര അന്തർ ഗൃഹ യാത്രയ്ക്ക് പറ്റിയ സമയം.

ധനുമാസത്തിലെ പൗർണ്ണമിക്ക് മണികർണികയിൽ സ്നാനം ചെയ്തു ഭഗവാൻ വിശ്വനാഥനെ പൂജിച്ച് പഞ്ച വിനായകന്മാരെ വന്ദിച്ച് ജ്ഞാനവാപിയും, വ്യാസ പീഠവും സന്ദർശിച്ച് കാശി നഗരം പ്രദക്ഷിണം ചെയ്യുന്ന വിധത്തിലുള്ള യാത്രയും ഉണ്ട്. കാശി പരിക്രമണത്തിനിടയിൽ ഭക്തരുടെ ഓരോ കാൽ വെയ്പ്പിലും ദർശിക്കാവുന്ന ധാരാളം സിദ്ധ പീഠങ്ങൾ ഉണ്ട്. ധർമ്മേശ്വര പീഠം, മഹാദേവ പീഠം, ശ്വേത ദീപ പീഠം, പഞ്ച നാഥ പീഠം, പഞ്ച മുദ്ര മഹാ പീഠം, സിദ്ധ പീഠം, ധർമ്മ പീഠം, യോഗിനി പീഠം, പിതൃ പ്രീതി പാദ പീഠം തുടങ്ങിയ സിദ്ധ പീഠങ്ങളിലൂടെയുള്ള യാത്ര പുണ്യമായി കരുതുന്നു. പീഠത്തിൽ ദർശനത്തിനോ, പൂജക്കോ എത്തുന്നത് ഒരു കിളിയോ, കിരാതനോ ആയിരുന്നാൽ പോലും അവർക്ക് കൈലാസത്തിലെത്തി മോക്ഷപ്രാപ്തി നേടാനാകുമെന്നാണ് വിശ്വാസം.

മറ്റൊരു വിശേഷ യാത്രയുണ്ട് ഷഡംഗ യാത്ര. ഇത് മൂന്ന് യാത്രകൾ. ഒന്നാമത്തെ യാത്ര ആറ് ദിവ്യ സ്ഥാനങ്ങളും, രണ്ടാമത്തേത് പതിമൂന്ന് സ്ഥാനങ്ങളും, മൂന്നാമത്തേത് ആറ് സ്ഥാനങ്ങളും ചേർന്നുള്ള ഈ കാശിയിലെ യാത്രചെയ്യുന്നവർക്ക് പുനർജന്മമുണ്ടാകില്ലാ എന്നാണ് വിശ്വാസം.

അസി ഘാട്ടിലെ സ്ഥാനത്തിന് ശേഷം സംഗമേശ്വര നെ ദർശിച്ച് 108 ദിവ്യ സ്ഥാനങ്ങളും സന്ദർശിച്ച് പരിക്രമണം ചെയ്താൽ ഭൂമിയിൽ എവിടെയെല്ലാം ശിവലിംഗങ്ങൾ ഉണ്ടോ അവിടെ എല്ലാം ദർശനം ചെയ്ത് ഫലം ഈ ചിത്രപടി

യാത്രയിലൂടെ സിദ്ധിക്കുമെന്നാണ് വിശ്വാസം. കാശിയിൽ എള്ളിട പോലും ശിവലിംഗ സാന്നിധ്യമില്ലാത്ത ഒരു സ്ഥലവും കാണാൻ കഴിയില്ല എന്നതാണ് സത്യം.

വാരണാസിയിലെ പദോദക തീർത്ഥത്തിലുള്ള ആദികേശവക്ഷേത്രം മുതൽ ദുർഗ്ഗാ കുണ്ഡിലുള്ള നരസിംഹ ക്ഷേത്രം വരെ അമ്പത്തിയാറ് ക്ഷേത്രങ്ങളിലൂടെ കടന്നു പോകുന്നതാണ് മഹാവിഷ്ണു തീർത്ഥ യാത്ര നരസിംഹക്ഷേത്രം വരെ 56 ക്ഷേത്രങ്ങളിലൂടെ കടന്നുപോകുന്നതാണ് മഹാവിഷ്ണു തീർത്ഥയാത്ര. ഏകാദശിക്ക് ഈ യാത്ര ഉത്തമമമത്രേ.

ഭക്തജനങ്ങൾ മണികർണ്ണികയിൽ സ്നാനം ചെയ്ത്, പഞ്ച വിനായകനെ ദർശിച്ച് മഹാദേവന് പുഷ്പങ്ങൾ അർപ്പിച്ച്, കാശിയുടെ ദക്ഷിണ ദിക്കിനെ ലക്ഷ്യമാക്കി യാത്ര പുറപ്പെടുന്നു. ശ്രീ വിശ്വനാഥ ക്ഷേത്രത്തിലെ തെക്കുവശത്തുള്ള കാലരാജ ലിംഗം മുതൽ ജ്ഞാനവാപിയിലെ ശ്രീ വിശ്വേശ്വരൻ വരെയുള്ള 163 ദേവസ്ഥാനങ്ങളിലൂടെ കടന്നുപോകുന്നതാണ് ഈ ദക്ഷിണദിക്ക് യാത്ര. തീർത്ഥാടകർ മണികർണ്ണികയിൽ സ്നാനം ചെയ്ത് ശ്രീ വിശ്വനാഥനേയും, പഞ്ച വിനായകന്മാരെയും, അന്നപൂർണ്ണേശ്വരിയെയും, ശിവദർബാറും ദർശിച്ചശേഷം കാശിയിലെ 201 ദിവ്യസ്ഥാനങ്ങളിലൂടെയുള്ള ഉത്തര ദിക്ക് യാത്രയും വിശേഷമാണ്.

ത്രിലോചൻ, മത്സൊാദരി തുടങ്ങി 14 ദിവ്യ സ്ഥാനങ്ങളിലൂടെ നടത്തുന്ന ചതുർദശലിംഗ യാത്രയിൽ കാശി നിവാസികൾ മുടങ്ങാതെ പങ്കെടുക്കാറുണ്ട്. ചൈത്രമാസത്തിലെ പ്രഥമ മുതൽ ചതുർദശി വരെയാണ് ഒരു യാത്ര. അങ്ങനെ മൂന്ന് ദിവസം. ഓരോ ദിവസവും ഓരോ സ്ഥലത്തു താമസിച്ചുള്ള യാത്രയിലൂടെ

മോക്ഷപ്രാപ്തിയുണ്ടാകും എന്ന് വിശ്വസിക്കുന്നു.

മണികർണ്ണികയിലെ സ്നാനത്തിനു ശേഷം വ്യാസ പീഠത്തിൽ നിന്നും അനുവാദം വാങ്ങിയാണ് ഓരോ യാത്രയും തുടങ്ങുന്നത്. അതുപോലെ അനുഷ്ഠാനങ്ങളെല്ലാം ചെയ്ത് വാരണാസിയിലെ 75 ദിവ്യ സ്ഥാനങ്ങളിലെത്തിയ ശേഷം അവിമുക്തേശ്വരിലെത്തി അവസാനിപ്പിക്കുന്നതാണ് വിശുദ്ധമായ അവിമുക്തേശ്വര യാത്ര.

കൃഷ്ണപക്ഷ അഷ്ടമിക്കോ, ചതുർദ്ദശിക്കോ പ്രതിമാസത്തിലോ നവരാത്രിക്കോ ഭക്തർ നടത്തുന്നതാണ് നവദുർഗ്ഗ യാത്ര. അതിൽ ചൊവ്വാഴ്ച കൂടി ചേർന്ന് വന്നാൽ കൂടുതൽ ശ്രേഷ്ഠം എന്നും കരുതുന്നു. എത്ര പ്രയാസപ്പെട്ടായാലും നവരാത്രികാലത്ത് സകുടുംബം ഈ പരമ്പരാഗത യാത്ര ചെയ്യുന്നു. ശൈലപുത്രി, ദുർഗ്ഗാ ഘാട്ടിലെ ബ്രഹ്മചാരിണി, ലക്കി ചൗത്തര ചൗക്കിലെ ചിത്ര കണ്ഠ് ദുർഗ്ഗാ, ദുർഗ്ഗാ കുണ്ഡിലെ കൂശ്മാണ്ഡ ദുർഗ്ഗാ, ജൈതപുരത്തെ സ്കന്ദ മാതാ, സിന്ധ്യാ ഘാട്ടിലെ കാർത്തിയായിനി, കാലിക ഗലിയിലെ കാളരാത്രി, അന്നപൂർണ്ണയിലെ മഹാഗൗരി സിദ്ധി മാതാ ഗലിയിലെ മാതൃ ദുർഗ്ഗാ എന്നീ നവ ദുർഗ്ഗാ ദേവസ്ഥാന യാത്രയും, നവ ഗൗരി യാത്രയും കൂടാതെ ബ്രഹ്മണി, വൈഷ്ണവി, തുടങ്ങി പത്തു ദേവിമാരെ പ്രദക്ഷിണം ചെയ്തു കൊണ്ടുള്ള യാത്രയും മുൻപ് സൂചിപ്പിച്ച നവ ദുർഗ്ഗാ യാത്രയും ചെയ്താൽ ഒൻപത് തലമുറകളുടെ പാപ പരിഹാരം ഉണ്ടാകുമെന്ന് വിശ്വാസം.

മീരാ ഘാട്ടിലെ വിശാലാക്ഷി ഗൗരി, ലളിതാ ഘാട്ടിലെ ലളിതാ ഗൗരി എന്നിവിടങ്ങളിൽ നിന്നും തുടങ്ങി ദുർഗ്ഗാ കുണ്ഡിലെ ദുർഗ്ഗാ ദേവി ക്ഷേത്രം വരെ 44 ദേവിമാരെ ദർശിച്ച് കൊണ്ടുള്ള ചണ്ഡി യാത്രയും പുണ്യമാണ്. യാത്ര അഷ്ടമിയിലോ, നവമിയിലോ ആയിരുന്നാൽ കൂടുതൽ നന്ന്. സാധാരണ ക്ഷേത്രങ്ങളിൽ അഭീഷ്ട കാര്യസിദ്ധിക്കായി

പൂജകളും, വഴിപാടുകളും അർപ്പിക്കുന്നത് പോലെ ശ്രേഷ്ഠമാണ് യാത്രകളും ദേവീ കൃപ നേടാൻ.

കൃഷ്ണപക്ഷത്തിലെ ചതുർദശി നാളിലാണ് ചതുർ ഷഷ്ഠി യോഗിനി യാത്ര. മാസം തോറും ഇതേദിവസം ഉറക്കമൊഴിച്ച് ഉപവാസം അനുഷ്ഠിച്ച് അഗ്നിയിൽ ചുട്ടെടുക്കുന്ന കണ്ടാൽ കുഴക്കട്ടപോലൊരു പലഹാരം പൂജ ചെയ്യുന്നു. ചൈത്രമാസത്തിലെ അമാവാസിയിൽ 64 യോഗിനിമാരുടെയും ക്ഷേത്രങ്ങളെ വലം വെച്ചുള്ള വാർഷിക പരിക്രമണം വിശേഷ യാത്രയാണ്. നവരാത്രികാലത്ത് മീരാ ഘാട്ടിലെ വിശാലാക്ഷി ക്ഷേത്രത്തിലേക്ക് നടത്തുന്ന വിശ്വഗൗരി യാത്ര ചെയ്യുന്നതിലൂടെ ശത്രു ബാധയിൽ നിന്നും രക്ഷ നേടാനാകുമെന്ന് വിശ്വാസവുമുണ്ട്.

ഇരുപത്തിനാല് ഭൈരവൻമാരെ വലംവച്ച് കൊണ്ടുള്ള വേതാള യാത്രയും പസിദ്ധമാണ്.

അയോദ്ധ്യ, മധുര, മായ (ഹരിദ്വാർ), കാശി, കാഞ്ചി, ഉജ്ജയിനി (അവന്തിക), ദ്വാരക എന്നീ മോക്ഷപ്രദായിനികളായ ഏഴ് പുരികളെ പ്രതിനിധാനം ചെയ്യുന്ന കാശിയിലെ സ്ഥലങ്ങളിലൂടെയും, എട്ട് ദിവ്യ തീർത്ഥങ്ങളും, മധുരാപുരി സങ്കല്പത്തിലെ 15 സ്ഥലങ്ങളിലൂടെയും നടത്തുന്ന പരിക്രമണവും കാശിയിലുണ്ട്. ഈ യാത്രക്കൊടുവിൽ, മധുരാപുരിയിലും, വിശ്വനാഥ ക്ഷേത്രത്തിലും ദർശനം ചെയ്ത് സപ്തപുരി യാത്ര സമാപിക്കുന്നു.

മണികർണികയിലെ സ്നാനത്തിനു ശേഷം കേദാർ ഘാട്ടിലുള്ള കേദാരേശ്വരനെ ദർശിച്ചശേഷം ആരംഭിക്കുന്നതാണ് വിശിഷ്ട കേദാർഖണ്ഡ് യാത്ര. കേദാർനാഥിന്റെ അന്തർ ഗൃഹത്തിൽ പ്രവേശിച്ചശേഷം

കിഴക്ക് ഗംഗയുടെ പകുതി വരെയും, ദക്ഷിണ ഭാഗത്ത് ലോലാർക്കം വരെയും, പിന്നെ ശകുൽ ധാര തീർത്ഥം വരെയും, പടിഞ്ഞാറ് വൈദ്യ നാഥേശ്വരം വരെയും, വായൂ കോണിൽ ലക്ഷ്മി കുണ്ഡം വരെയും, വടക്ക് ശൂൽ കാണേധശ്വരം വരെയും, ഈശാന കോണിൽ അര ക്രോശം വരെ കിണറുകളും, നദികളും ഉൾപ്പെടെയുള്ള എല്ലാ തീർത്ഥങ്ങളും, ദിവ്യ സങ്കല്പ സ്ഥാനങ്ങളും എല്ലാം ഈ യാത്രയിൽ ഉൾപ്പെടുന്നുണ്ട്. യാത്രക്ക് ഒടുവിൽ തിരിച്ച് കേദാർ ഘാട്ടിലെത്തി കേദാരേശ്വരനെ വണങ്ങി പ്രസാദം വാങ്ങി താമസ സ്ഥലങ്ങളിലേക്ക് മടങ്ങുന്നു. ജീവിത ദുരിതം മാറാൻ ഭക്ത ജനങ്ങൾ ഒരു അനുഷ്ഠാനം പോലെ കേദാർ ഖണ്ഡ് യാത്ര ചെയ്യുന്നു.

ത്രിലോചൻ ഘാട്ടിലെ ഈശ്വര ഗംഗീ കുണ്ഡിൽ സ്നാനം ചെയ്ത് ശേഷം ആരംഭിച്ച് ഔസാൻ ഗഞ്ച്, വൃത്താകൃതിയിലുള്ള തോട്ടം എന്നറിയപ്പെടുന്ന ഗോലാബാഗ് പൂന്തോട്ടം, അക്ഷയ വടത്തിലെ ഹനുമാൻ, കാശിപുര, രാജ-ദർവാസാ ഗലി, ഘോവാ ബസാർ, സിദ്ധി വിനായകൻ, കാലികാ ഗലി, ദുർഗ്ഗാ കുണ്ഡ് എന്നീ പുണ്യസ്ഥലങ്ങളിലൂടെ നീളുന്നതാണ് കാശിയിലെ പ്രസിദ്ധ ഏകാദശ മഹാരുദ്ര യാത്ര.

കാശിയിലെ അസി നദി ഗംഗയുമായി ചേർന്നുള്ള സംഗമസ്ഥാനത്തു നിന്നും യാത്ര ആരംഭിച്ച് ദശാശ്വമേധ തീർത്ഥം അഥവാ പ്രയാഗ് തീർത്ഥം, വരുണ തീർത്ഥം അഥവാ ആദയികേശവ പാദോദക തീർത്ഥം, പഞ്ച ഗംഗാ തീർത്ഥം മണികർണ്ണിക എന്നിവിടങ്ങളിലൂടെയുള്ള പരിക്രമണമാണ് പഞ്ചതീർത്ഥ യാത്ര എന്ന് പ്രസിദ്ധമായത്. പിതൃതർപ്പണത്തിന് പ്രാധാന്യമർഹിക്കുന്ന പഞ്ചഗംഗാ തീർത്ഥത്തിൽ എത്ര എള്ള് തർപ്പണം ചെയ്യുന്നുവോ അത്രയും

വർഷം ആത്മാക്കൾക്ക് മോക്ഷപ്രാപ്തി ഉണ്ടാകും എന്നാണ് പറയപ്പെടുന്നത്. അതുപോലെ മണികർണ്ണികയിൽ സ്നാനം ചെയ്താൽ മോഹ-മായ- കാമനകളിൽ നിന്നെല്ലാം മുക്തി നേടി പരമ ശാന്തി നേടാനാകുമെന്നാണ് പുരാണം.

കാശി നഗരത്തിന്റെ മധ്യഭാഗത്തുള്ള മദ്ധ്യമേശ്വരനെ ചുറ്റിയുള്ള വിശേഷ യാത്രയിൽ കീർത്തി വാസസേശ്വരനെ ശിരസ്സായും, ഓംകാരേശ്വരനെ ശിഖയായും, ത്രിലോചനേശ്വരനെ കണ്ണുകളായും, ഗോകർണ്ണേശ്വരനെ വലത്തെ കർണ്ണമായും, ഭാര ഭൂതേശ്വരനെ ഇടത്തെ കർണ്ണമായും, വിശ്വേശ്വരനെ വലതു മുകളിലെ കയ്യായും, അവിമുക്തേശ്വരനെ വലതു താഴെ കയ്യായും, ധർമ്മേശ്വരനെ ഇടതു മുകളിലെ കയ്യായും, മണികർണ്ണേശ്വരനെ ഇടതു താഴത്തെ കയ്യായും, കാലശേശ്വരനെ ചന്ദ്രം പടിഞ്ഞിരിക്കുന്ന രൂപത്തിലെ വലത്തെ കാലായും കപർദ്ദീശ്വരനെ ഇടത്തെ കാലായും, ജ്യേഷ്ഠേശ്വരനെ നിതംബമായും, മദ്ധ്യമേശ്വരനെ നാഭിയായും, കേദാരേശ്വരനെ ലിംഗമായും, ചന്ദ്രേശ്വരനെ ഹൃദയമായും, വീരേശ്വരനെ ആത്മാവായും, ശ്രുതിശ്വരനെ ശിരോ ഭൂഷണമായും, ശുക്രേശ്വരനെ ശുക്ലമായും, ആദി മഹാദേവനെ ജടയായും സങ്കൽപ്പിച്ചുള്ള മഹാശിവ രൂപത്തെ ചുറ്റുന്നത് വളരെ സവിശേഷതകളുള്ളതാണ്, അതുപോലെ പുണ്യവുമാണ്.

കാശിയിൽ തീർത്ഥാടകർ ആയി എത്തുന്ന ഭക്തർക്ക് ഒരുപക്ഷേ യാത്രകൾ ഒന്നും നടത്താൻ കഴിയാതെ വന്നാൽ കാശിവിശ്വനാഥ ക്ഷേത്രത്തിലും, വിനായകൻ, ശ്രീ അന്നപൂർണ ദേവി, ബിന്ദു മാധവൻ, ലളിതാദേവി യെയും, ഭവാനി ദേവിയെയും ദർശിച്ച് കഴിയുന്നിടത്തോളം മറ്റു ക്ഷേത്രങ്ങളിലുമെത്തി പ്രാർത്ഥിച്ച് മടങ്ങാം.

"വിശ്വേശ്വരം മാധവം ഡുംഢിം

ദണ്ഡപാണി ച ഭൈരവം
വന്ദേ കാശീം ഗുഹാം
ഗംഗാ ഭഗവാനീം മണികർണ്ണികാ"

8

കാശിയിലെ ഉത്സവങ്ങൾ

കാശി നഗരത്തിൽ എന്നും ഉത്സവം ആണെന്ന് കാശിയിലുള്ളവരും ഇവിടം സന്ദർശിച്ചിട്ടുള്ളവരും സമ്മതിക്കും. വാരണാസിയിലെ വലുതും ചെറുതുമായ ക്ഷേത്രങ്ങളെല്ലാം ഭക്തജനങ്ങളെക്കൊണ്ട് നിത്യവും നിറയുന്ന കാഴ്ച. അതുപോലെ അവർ കൊണ്ടുവരുന്ന പൂക്കളെ കൊണ്ടും, അവർ സമർപ്പിക്കുന്ന പൂജാദ്രവ്യങ്ങളെക്കൊണ്ടും, അവർ വഹിക്കുന്ന മധുര പ്രസാദങ്ങളേയും, സുഗന്ധദ്രവ്യങ്ങളേയും കൊണ്ടും നിറയുന്ന മനോജ്ഞമായ വേദിയാകുന്നു ദൃശ്യം. ഭാരത ജനതയെ എന്നുമെന്നും വരവേറ്റു കൊണ്ടുള്ള ഇതുപോലത്തെ ഉത്സവ കാഴ്ച മറ്റെവിടെയാണ് ദർശിക്കാൻ ആവുക?

ഭഗവാൻ കാശി വിശ്വനാഥനെ തിരുവാഭരണം ചാർത്തി തങ്ക അംഗീകൊണ്ടും, പുഷ്പ്പങ്ങളെ കൊണ്ടും അലങ്കരിച്ച് , കുങ്കുമം കൊണ്ട് അഭിഷേകം ചെയ്ത് ആഘോഷിക്കുന്നതാണ് രംഗഭരി ഏകാദശി.

ഫെബ്രുവരി-മാർച്ച് മാസത്തിലെ ചന്ദ്രികാ വിഹീനമായ രാത്രി. അന്ന് ഭഗവാൻ പരമശിവനും, പാർവതി ദേവിയുമായുള്ള കല്യാണോത്സവം. വിവാഹാഘോഷത്തിന്റെ സങ്കല്പത്തിൽ ഭക്ത ജനങ്ങൾ ഒരുക്കുന്ന ഗംഭീരമായ

ഘോഷയാത്ര കാശിയിലെ നഗര വീഥിയിലൂടെ കടന്നു പോകും. ശിവരാത്രി ദിവസമായ അന്ന്. ക്ഷേത്രങ്ങളെല്ലാം പ്രത്യേകിച്ച് ശിവ ക്ഷേത്രങ്ങൾ അലങ്കരിച്ച് പ്രതിഷ്ഠകളിൽ ചന്ദനവും, കുങ്കുമവും ചാർത്തി, പുഷ്പങ്ങളും, കൂവളത്തിലയും അർപ്പിച്ച് ഭക്തജനങ്ങൾ സായൂജ്യരാകുന്നു. കാശിയിലെ പ്രധാന ഉത്സവം ശിവരാത്രിയാണ്.

ജനുവരിയിലാണ് മകര സംക്രാന്തി ഉത്സവം. ഗംഗാ സ്നാന ഘട്ടങ്ങളിൽ ആഘോഷിക്കപ്പെടുന്ന ഏറ്റവും ശുഭോദർക്കമായ ആഘോഷമാണിത്. കാശി നിവാസികൾ കിച്ചടിയും, എല്ലും ചേർന്ന മധുര പലഹാരവും കഴിച്ച് ആസ്വദിച്ച് ഈ ദിവസം കൊണ്ടാടി വരുന്നു. ആ സമയത്ത് ആകാശത്ത് നീളെ പറന്നുലയുന്ന പട്ടങ്ങളെയും വാരാണസിയുടെ നീല മേലാപ്പിൽ എവിടെയും കാണാം.

വാരണാസിയിലെ സ്ത്രീകളും,കുട്ടികളും മഞ്ഞ വസ്ത്രമണിഞ്ഞ്, മഞ്ഞ പൂക്കളും, മഞ്ഞ നിറമുള്ള മലകളും സരസ്വതി ദേവിക്ക് സമർപ്പിക്കുന്ന ആഘോഷം. വസന്ത കാലത്തിന്റെ ആഗമനം ആഘോഷിക്കുന്ന ഇത് വസന്ത പഞ്ചമി ഉത്സവം എന്നറിയപ്പെടുന്നു.

കാശിയുടെ മുക്കിലും മൂലയിലും ആഘോഷിക്കുന്ന ഉത്സവമാണ് നവരാത്രി. ദേവീക്ഷേത്രങ്ങളിൽ പ്രത്യേകിച്ചും ഗംഭീര ഉത്സവമാകും. പഞ്ചക്രോശി യാത്രക്കാരുടെ തിക്കുംതിരക്കും ഉണ്ടാകും. ജന്മാഷ്ടമി ആഘോഷം ശ്രീ കൃഷ്ണന്റെ ജന്മ സമയമായ രാത്രിയിൽ തുടങ്ങും. ക്ഷേത്രങ്ങളും, വീടുകളും അലങ്കരിച്ചും ഭഗവാൻ ശ്രീകൃഷ്ണന്റെ ജീവിത ഘട്ടങ്ങളെ ചിത്രങ്ങളാൽ വർണ്ണാഭമാക്കിയും, വാദ്യ മേളങ്ങളുടെ അകമ്പടിയോടെ ഭക്തി ഗാനങ്ങൾ ആലപിച്ചും അനിതര സാധാരണമായ ചടങ്ങുകളോടെ ആഘോഷിക്കുന്നു.

ഭാരതത്തിലെ മറ്റു സ്ഥലങ്ങളെ പോലെ വാരണാസിയിലും. ഗണേശചതുർത്ഥി വലിയ ആഘോഷമാണ്. ഗണപതി ക്ഷേത്രത്തിലെ ചടങ്ങുകൾ അതിവിപുലമാണ്. ചന്ദ്രന്റെ വിപരീത സ്വാധീനത്തിൽ നിന്നും കുടുംബങ്ങളെ രക്ഷിക്കുന്ന ചടങ്ങും ഇവിടെയുണ്ട്. ഈ ദിവസം ചന്ദ്രനെ കാണാൻ പാടില്ലാത്തതിനാൽ ദോഷങ്ങൾ അകറ്റിനിർത്താനായി ചിലർ അവരുടെ വീടുകളിലേക്ക് കല്ലെറിയുന്ന സ്ഥലങ്ങളും കാശിയിൽ ഉണ്ട്. പണ്ട് മധുരപലഹാരങ്ങൾ എറിഞ്ഞിരുന്നു എന്നാണു കാശി നിവാസികളിൽ നിന്നും അറിയാൻ കഴിഞ്ഞത്.

ശ്രീ രാമ ക്ഷേത്രങ്ങൾ ഉൾപ്പെടെ എല്ലാ ദേവ സ്ഥാനങ്ങളിലും രാം നവമി ആഘോഷിച്ചു വരുന്നു. ഈ ദിവസം ഇരുപത്തിനാല് മണിക്കൂറും കാശിയിലെ ഭക്തജനങ്ങൾ ശ്രീരാമചരിതമാനസം പാരായണം ചെയ്തു കൊണ്ട് മഹാകവി സന്ത് തുളസീദാസിന് സ്മരണാഞ്ജലിയർപ്പിക്കുന്ന ചടങ്ങും ഉണ്ട്.

അന്തരിച്ചു പോയ പ്രിയപ്പെട്ടവരുടെ ആത്മശാന്തിക്ക് വേണ്ടി ഒക്ടോബർ-നവംബർ മാസക്കാലത്ത് അനുഷ്ഠിക്കപ്പെടുന്ന മരണാനന്തര ചടങ്ങുകളാണ് പിതൃപക്ഷം. അതിൻറെ അന്ത്യത്തിൽ അഞ്ചു ദിവസം ദുർഗ്ഗാ ദേവിയെ പൂജിച്ച് കൊണ്ടാണ് കാശിയിലെ ബംഗാളികൾ ഈ ദിനങ്ങൾ ആഘോഷിച്ചു വരുന്നത്.

ധൻതെരസ്, ചോട്ടീ ദീപാവലി, യമ ദ്വിതീയ, ഭായിദൂജ്, അന്നകൂട്ട് എന്നീ ആഘോഷങ്ങൾ ചേർന്നതാണ് കാശിയിലെ ദീപാവലി ആഘോഷം. കറുത്ത പക്ഷത്തിലെ പതിമൂന്നാം ദിവസം ധൻതെരസ്

ആഘോഷിക്കുന്നു. അന്നാണു ജനങ്ങൾ സ്വർണ്ണം, വെള്ളി എന്നിവ കൊണ്ടുള്ള ആഭരണങ്ങളും, ചെമ്പു പിച്ചളയും മറ്റു ലോഹങ്ങളും കൊണ്ടുള്ള പാത്രങ്ങളും വാങ്ങുന്നത്. കാശീ

ദേവിയെയും, ഗണപതിയേയും പൂജിച്ച് കൊണ്ടുള്ള വലിയ ആഘോഷവും ദീപാവലിക്കും, കൊച്ചു ദീപാവലിക്കും നടക്കാറുണ്ട്. ശ്രീ ഗോപാല ക്ഷേത്രത്തിൽ അമ്പത്തിയാറ് തരം മധുര പലഹാരങ്ങൾ കൊണ്ടാണ് അലങ്കരിക്കപ്പെടുന്നത്.

അന്നപൂർണ്ണ ക്ഷേത്രത്തിൽ ദീപാവലിക്ക് മൂന്നു ദിവസം ദേവിയുടെ സ്വർണ്ണ വിഗ്രഹം എഴുന്നെള്ളിക്കുന്ന ഭക്തി സാന്ദ്രമായ ചടങ്ങുണ്ട്. അന്നക്കൂട്ടിന്റെ അടുത്ത ദിവസം യമ ദ്വിതീയ ചടങ്ങാണ്. ഈ ദിവസം എണ്ണ വിളക്കുകൾ നദീ തീരത്ത് നിരത്തി തെളിയിച്ച് യമദേവനെ ആരാധിക്കുന്ന അപൂർവ്വമായൊരു ചടങ്ങിന് ഗംഗാ മാതാ സാക്ഷ്യം വഹിക്കും. ദീപാവലി ആഘോഷത്തിന്റെ ഭാഗമായി വാരാണസി നഗരം സുവർണ്ണ ദീപങ്ങളുടെ മായാ നഗരമായി മാറും.

വനവാസത്തിന് ശേഷം ശ്രീരാമൻ അയോദ്ധ്യയിൽ തിരിച്ചെത്തിയതിൻെറ അനുസ്മരണാഘോഷമായി മാറുന്നതും ദീപാവലിക്കാണ്. നിലാവൊഴിഞ്ഞ കാർത്തിക മാസ രാത്രിയിൽ നഗരത്തിലെ കെട്ടിടങ്ങളുടെ ബാൽക്കണികളും, ജാലകങ്ങളും ഗംഗയുടെ സ്നാന ഘട്ടങ്ങളും ദീപങ്ങളാൽ പ്രശോഭിക്കപ്പെടുന്നു. ഈ ദിവസം ഐശ്വര്യ മാതാവായ മഹാ ലക്ഷ്മി ഗൃഹാങ്കണങ്ങളിൽ ആരാധിക്കപ്പെടുന്നു. വ്യവസായികൾ ഈ ദിനത്തിലാണ് പുതിയ സംരംഭങ്ങൾ സമാരംഭിക്കുന്നത്. ഈ സമയത്ത് പഞ്ച ഗംഗാ ഘാട്ടിൽ വിളക്കുകൾ നിന്നെരിയുന്നു. തുളസീ ഘാട്ടിൽ ഭഗവാൻ ശ്രീ കൃഷ്ണൻെറ അപദാനങ്ങളെ വാഴ്ത്തി ശ്രീ കൃഷ്ണ ലീലകളേ ആധാരമാക്കിയുള്ള ആഘോഷം പന്ത്രണ്ട് ദിവസം നീണ്ടു നിൽക്കും.

ഏപ്രിൽ-മെയ് മാസക്കാലത്ത് നരസിംഹ ലീലാ ഉത്സവം. പ്രഹ്ളാദ കഥയെ ആസ്പദമാക്കിയുള്ള നൃത്താവിഷ്കാരമാണ് അതിൽ പ്രധാന ഇനം. പ്രഹ്ളാദ് ഘാട്ടിൽ ആറു ദിവസം നീളുന്ന മഹോത്സവം അരങ്ങേറുന്നു.

മാർച്ച്-ഏപ്രിൽ മാസങ്ങളിൽ ആദ്യത്തെ വ്യാഴം മുതൽ ഒൻപതു ദിവസം നീണ്ടു നില്കുന്ന ഉത്സവമുണ്ട് ചൈത്ര നവരാത്രി. ഉത്സവത്തിൻ്റെ സമാപന ദിവസം മംഗള ഗൗരി ക്ഷേത്രത്തിൽ പ്രധാന ചടങ്ങുകൾ നടക്കും.

പുരിയിലെ ജഗന്നാഥ ഭഗവാൻ്റെ ഓർമ്മക്കായി കാശിയിലും രഥയാത്രാ ആഘോഷമുണ്ട്. ജലാഭിഷേകത്തിനു ശേഷം അസി ഘാട്ടിലെ ജഗന്നാഥ ക്ഷേത്രത്തിലേക്ക് രഥം എഴുന്നെള്ളിക്കുന്നു. ആഷാഡ മാസത്തിൽ മൂന്നു ദിവസം നീണ്ടു നിൽക്കുന്ന ഹൃദയ ഹാരിയായ രഥാഘോഷ യാത്ര കാശി വാസികളെ പുളകം കൊള്ളിക്കുന്നു.

ജൂലൈ-ആഗസ്റ്റ് മാസങ്ങളിലാണ് കാശിയിലെ ദുർഗ്ഗാ പൂജ ആഘോഷം. മുപ്പതു ദിവസം നീളുന്ന ആഘോഷത്തിൽ ദുർഗ്ഗാ ദേവി ക്ഷേത്രങ്ങളും, തുളസി മാനസ ക്ഷേത്രവും ദീപാലങ്കാരങ്ങളാൽ പ്രശോഭിക്കും. ഊഞ്ഞാലാട്ടത്തോടെയും, കുതിര സവാരിയോടെയും ഉത്സവം കേമമാകും. ബംഗാളികൾ താമസിക്കുന്നിടത്തെല്ലാം അതി വിപുലമായ ചടങ്ങുകളാണ് അവർ ഒരുക്കുന്നത്.

ജൂലൈ-ആഗസ്റ്റ് മാസങ്ങളിൽ കാശിയുടെ എല്ലായിടത്തുമുള്ള ഹൈന്ദവ ഭവനങ്ങൾക്ക് മുന്നിൽ നാഗ ദൈവത്തിൻ്റെ ചിത്രം പതിച്ചു കൊണ്ടാണ് നാഗപഞ്ചമി ഉത്സവം ആഘോഷിക്കുന്നത്. സർപ്പങ്ങൾക്ക് പാലൂട്ടിയും, മഞ്ഞൾപ്പൊടിയും മറ്റു ദ്രവ്യങ്ങളും കൊണ്ട് പൂജ ചെയ്തും നാഗ പഞ്ചമി ആഘോഷിക്കുന്നു. കാശിയിലെ താരാ നഗറിലുള്ള നാഗ കൂപയിലാണ് വലിയ ആഘോഷം. പാമ്പുകളുമായുള്ള പാമ്പാട്ടികളെ ധാരാളമായി കാണാവുന്നതും ഈ സമയത്താണ്. അതും ഒരു നാഗാരാധനയുടെ ഭാഗമത്രെ.

ശ്രീരാമൻ്റെ പതിനാല് സംവത്സരത്തെ വനവാസത്തിനു ശേഷം അയോധ്യയിലേക്കുള്ള തിരിച്ചുവരവിൻ്റെ

സ്മരണയുടെ ആഘോഷമാണ് കാശിയിലെ ഭരത് മിലാവ്. ലക്ഷ്മണൻ ശൂർപ്പണയുടെ നാസിക ഛേദിച്ച സംഭവത്തെ അടിസ്ഥാനമാക്കിയുള്ള ആഘോഷമാണ് നക്ഖട്ടിയാ. ദസറാ കഴിഞ്ഞാൽ അടുത്ത ദിവസങ്ങളിലാണ് ഭരത് മിലാവും നക്ഖട്ടിയയും ആഘോഷങ്ങൾ നടക്കുന്നത് എന്ന പ്രത്യേകതയും ഉണ്ട്.

കാശിയിൽ ദീപാവലി ആഘോഷം കഴിഞ്ഞ് ഇരുപത്തിയൊന്നാം ദിവസം അസിക്കും വരുണക്കും മദ്ധ്യേ ഗംഗാ തീരത്ത് ഏകദേശം പതിനഞ്ച് കിലോമീറ്റർ ദൂരത്തിൽ, പതിനഞ്ചു മിനിട്ട് കൊണ്ട്, പതിനഞ്ച് ലക്ഷം ദീപങ്ങൾ തെളിയുന്ന ചടങ്ങ് നടക്കും. ഇതാണ് ദേവ് ദീപാവലി ആഘോഷം. അന്ന് കാശിയിൽ കാലുകുത്താൻ സ്ഥലം കിട്ടിയെന്ന് വരില്ല. നദിയിൽ വഞ്ചികളുടെ കൂട്ട തിരക്കും. അനുഭവപ്പെടും. വഞ്ചിയിലിരുന്നു കൊണ്ട് ദീപങ്ങളുടെ നിഴലാട്ടം ജലത്തിൽ കണ്ട് ആസ്വദിക്കാനും ഒരവസരം. അത്രക്ക് ആ ഭൂ ഭാഗം സുന്ദര ദൃശ്യങ്ങളാൽ പ്രശോഭിതമാകും. ദശാശ്വമേധ ഘാട്ടിലെ ആരതിയും ഈ സമയത്താണെന്ന പ്രത്യേകതയും ഉണ്ട്.

കാശിയിലെ ഭക്ത ജനങ്ങൾ ചന്ദ്രികാ ചർച്ചിതമായ രാത്രികളിൽ ഉറക്കമിളിച്ചിരുന്ന് പായസവും, പാൽ ചോറും ഉണ്ടാക്കി ആഘോഷിക്കുന്നതാണ് ശരത് പൂർണ്ണിമ. പാലൊളി വിതറുന്ന രാത്രി സമയത്ത് പാകം ചെയ്തതിനാൽ അതിന് അമൃതിന്റെ ഗുണമുണ്ടാകുമെന്ന് കാശി നിവാസികൾ വിശ്വസിക്കുന്നു. ചന്ദ്രികയുടെ അനുകൂല ഫലങ്ങൾ വെളിപ്പെടുത്തുന്ന ഈ ഉത്സവം അശ്വനി മാസത്തിലെ പൗർണ്ണമിക്കൊണ്.

മാഘ മാസത്തിലെ പൂർണ്ണ ചന്ദ്ര ഗ്രഹണ ദിവസം വാരണാസിയിൽ ത്രിമൂർത്തികളെ ആദരിക്കുന്ന ഉത്സവമാണ് മൗമി അമാവാസി. അന്ന് ഭക്ത ജനങ്ങൾ പ്രയാഗ് ഘാട്ടിൽ

മുങ്ങിക്കുളിച്ച് ത്രിമൂർത്തികളെ പൂജിക്കുന്നു. കുളിക്കുമ്പോഴും, പൂജയിൽ പങ്കെടുക്കുമ്പോഴും, എല്ലാവരും മൗനം പാലിക്കുന്നു. അതിനു ശേഷം ശ്രീ വിശ്വനാഥ ക്ഷേത്രത്തിൽ ദർശനം നടത്തും.

ശിവരാത്രിക്ക് അവസാനിക്കത്തക്ക വിധം അഞ്ച് ദിവസം നീണ്ടു നിലക്കുന്ന കാശിയിലെ ഉത്സവമാണ് ദ്രുപദ് മേള. വർഷം തോറും നടക്കാറുള്ള ഈ സംഗീത മേളയിൽ ഭാരതത്തിലെ പ്രശസ്ത സംഗീതഞ്ജർ പങ്കെടുക്കും. തുളസി ഘാട്ടിൽ നടക്കുന്ന ആഘോഷം ഏറെ മാറ്റ് കൂട്ടുന്നതാണ്. ലോകത്തിന്റെ നാനാ ഭാഗത്തു നിന്നും ആസ്വാദകർ എത്തും.

മാഘ മാസത്തിൽ നടക്കുന്ന മറ്റൊരു മഹോത്സവമാണ് പൗഷ പൂർണ്ണിമ. പുഷ്പാഭിഷേകമാണ് പ്രധാന ചടങ്. അതിൽ സംബന്ധിക്കാൻ പതിനായിരങ്ങളാണ് എത്തുന്നത്. ദശാശ്വമേധ ഘാട്ടിലെ ചടങ് ഗംഭീരമാണ്.

നിറങ്ങളുടെയും സംഗീതത്തിന്റെയും നൃത്തത്തിന്റെയും ഉത്സവ ലഹരിയിൽ കാശിയിലെ എല്ലാ ജനങ്ങളും ആർത്തുല്ലസിക്കുന്ന ആഘോഷമാണ് ഹോളി. ശീതള പാനീയങ്ങൾ കുടിക്കാനും, മധുര പലഹാരങ്ങൾ ഭക്ഷിക്കാനും, ഭാംഗിന്റെ ലഹരിയിൽ ആറാടാനും ഈ ദിനം ആളുകൾ ഉപയോഗിക്കുന്നു. അന്ന് ചൗറാസി ഘാട്ടിലെ 64 യോഗിനിമാരെയും പൂജിച്ച് ആരാധിക്കുന്ന ചടങ്ങുമുണ്ട്. ചൈത്ര മാസത്തിലാണ് ഈ മഹോത്സവം.

ഹോളിക്കു ശേഷം വരുന്ന ചൊവ്വാഴ്ചയാണ് ബുഡവാ മംഗളഘോഷം. പൊയ്പോയ വർഷത്തിന് വിടപറയുകയും, പുതിയ വർഷത്തിന് സ്വാഗതമോതുകയും ചെയ്യുന്ന കാശിയിലെ ഉത്സവമാണിത്. ഇന്നും മൂന്നു ദിവസം നീണ്ടുനിൽക്കുന്ന ഈ ഉത്സവം, രാജാക്കന്മാരും പരിവാരങ്ങളും അലങ്കരിച്ച വഞ്ചികളിൽ ഗംഗയിലൂടെ സഞ്ചരിച്ച് വാരണാസിയിലെ ഓരോ ഘാട്ടുകളേയും വലംവച്ച്

ആസ്വദിച്ച് ആഘോഷിക്കുന്നു.

ഒരുകാലത്ത് ബീഹാർ സംസ്ഥാനത്ത് മാത്രം ഒതുങ്ങിനിന്നിരുന്ന ഉത്സവമായിരുന്നു ദാലാ ചട്ട്. കാർത്തിക മാസത്തിലെ ശുക്ലാഷ്ഠമിയിൽ സൂര്യദേവന് സമർപ്പിക്കുന്ന ഉത്സവം. ഒന്നാം ദിവസം സൂര്യാസ്തമയത്തിനും, രണ്ടാം ദിവസം സൂര്യോദയത്തിനും ആണ് ഗംഗാ മാതാവിന് സമർപ്പണമായിട്ടുള്ള ഈ ആഘോഷം. ഗംഗാനദിയുടെ പുണ്യവും ഭൂമിശാസ്ത്ര പരവുമായ ചില പ്രത്യേകതകൾ മൂലം ഈ ഉത്സവത്തിന് അസുലഭമായ പ്രാധാന്യമുണ്ടെന്ന അഭിപ്രായവും പിൽക്കാലത്ത് ഉയർന്നുവന്നിട്ടുണ്ട്.

കാർത്തികമാസത്തിലെ പൗർണ്ണമിക്ക് ഭക്തജനങ്ങൾ ശിവനേയും, വിഷ്ണുവിനേയും, പൂജിച്ച് ആരാധിക്കുന്ന കാശിയിലെ ഉത്സവമാണ് കാർത്തിക പൂർണിമ. ഇത് ദേവ് ദീപാവലി അഥവാ ത്രിപുര പൂർണ്ണിമ എന്നും ചില പ്രദേശങ്ങളിൽ അറിയപ്പെടുന്നു. ഈ സമയത്തുള്ള ഗംഗാസ്നാനം അതി വിശേഷമായി കരുതുന്നു. ഈ ഉത്സവത്തോട് അനുബന്ധിച്ചുള്ള ക്ഷേത്രങ്ങളിലേയും, വീടുകളിലേയും ദീപക്കാഴ്ചയും, ഗംഗാ മഹോത്സവവും കാണേണ്ടതു തന്നെയാണ്.

കാർത്തികമാസത്തിലെ ആദ്യദിവസത്തെ സായാഹ്നത്തിൽ വാരണാസിയിലെ ഘാട്ടുകൾ ദീപനാളങ്ങളാൽ നിറയുന്നു. പഞ്ച ഗംഗാ ഘാട്ടിൽ കുളിച്ച്, കാർത്തിക പൂജ ചെയ്യുന്ന അതിപുരാതനമായ ആചാരം പുണ്യമായി കരുതുന്നു. അതുകൊണ്ടുതന്നെ കാശിയിലെ കാർത്തിക പൗർണമി ആഘോഷം ഏറെ ശ്രദ്ധേയമാണ്. അതുപോലെ ആകാശദീപോത്സവവും.

കാശിയിലെ കാളി പൂജയും പ്രശസ്തമാണ്. കാർത്തിക മാസത്തിൽ നടക്കുന്ന പൂജയുടെ അവസാനം ദശാശ്വമേധ

ഘാട്ടിലെ പതിവ് ചടങ്ങുകൾക്കു പുറമേ ദേവി വിഗ്രഹങ്ങൾ നദിയിൽ നിമജ്ജനം ചെയ്യുന്നു. ഇതിനോടനുബന്ധിച്ച് ഘോഷയാത്രയുണ്ട്. പ്രധാന ആഘോഷം ആരംഭിക്കുന്നത് ബാബ കാളിദാസ് മിശ്ര യുടെ ഭവനത്തിൽ നിന്നാണ്. ഈ കുടുംബമാണ് നൂറ്റാണ്ടുകളായി ആഘോഷങ്ങളുടെ ചുക്കാൻ പിടിക്കുന്നത്. പുറത്തേക്ക് നീട്ടിയ നാവുകളിൽ പ്രകൃതിദത്തമായി മുടിയുള്ള ദേവിയുടെ പ്രതിമ മഹാകാലൻ ചവിട്ടിമെതിക്കുന്ന കാളിയുടെ വിഗ്രഹം ആ വീട്ടിൽ നിന്നും എടുത്ത് അതിനോടൊപ്പം സംഗീത സംഘത്തെയും, ഗജവീരന്മാരുടെയും, ഒട്ടകങ്ങളുടെയും, വാദ്യമേളങ്ങളുടെയും അകമ്പടിയോടെ ഘാട്ടിലേക്ക് പുറപ്പെടുന്നു. അവിടെ എത്തിക്കഴിഞ്ഞാൽ വിഗ്രഹങ്ങളിലെ രത്നങ്ങൾ പതിച്ചുള്ള ആഭരണങ്ങളും മറ്റ് അലങ്കാരങ്ങളും മുടിനാരുമായി അസ്തമയ സമയത്ത് ഇവയെല്ലാം നീന്തൽ വിദഗ്ദ്ധർക്ക് കൈമാറുന്നു. അവർ അതിനെ നദിയുടെ അഗാധതയിലേക്ക് നിമജ്ജനം ചെയ്യുന്നു. ഇതെല്ലാം കാശിയിലെ കാളീപൂജ യുടെ ഭാഗം. കൽക്കത്ത കഴിഞ്ഞാൽ കാളീപൂജയുടെ മഹത്വം ദർശിക്കാൻ സാധിക്കുന്ന മറ്റൊരു അവസമാണ് കാശിയിലെ ഈ കാളി പൂജ ആഘോഷം.

കാർത്തിക മാസത്തിലെ പതിനാലാം ദിവസമാണ് വാരണാസിയിലെ വൈകുണ്ഠ ചതുർദ്ദശി ആഘോഷം. മഹാവിഷ്ണുവിനെയും, മഹാദേവനെയും പൂജിച്ച് ആരാധിക്കുന്ന ഈ ഉത്സവ കാലത്ത് ശ്രീ വിശ്വനാഥ ക്ഷേത്രത്തിനു പുറമെ എല്ലാ മഹാവിഷ്ണുക്ഷേത്രത്തിലും, മഹാദേവ ക്ഷേത്രത്തിലും ആഘോഷവുമുണ്ട്. ഈ സമയം കെട്ടുകണക്കിന് തുളസി ദളങ്ങൾ കൊണ്ട് ശ്രീകൃഷ്ണനേയും, കൂവളത്തിലകൾ കൊണ്ട് ശിവനേയും പൂജിച്ച് ആരാധിക്കുന്നു.

കാർത്തിക മാസത്തിലെ പതിനാലാം തീയതി സങ്കടമോചൻ ക്ഷേത്രത്തിലെ മുഖ്യ ആഘോഷമാണ് ഹനുമാൻ ജയന്തി മഹോത്സവം. സംഗീത പരിപാടികളോടെ കാശിയിൽ എല്ലായിടവും അഞ്ച് ദിവസം നീണ്ടു നിൽക്കുന്ന ഒരു ആഘോഷമായി അത് മാറുന്നു.

9

ബനാറസിൻറെ ആത്മീയ പ്രഭാവം

ആദിശങ്കരാചാര്യർ, ശ്രീരാമകൃഷ്ണപരമഹംസർ, ശ്രീ ശാരദാ ദേവി, സ്വാമി വിവേകാനന്ദൻ തുടങ്ങിയ ആധ്യാത്മിക ആചാര്യന്മാർ നൽകിയ ആത്മീയ വീര്യം ബനാറസിൻറെ ആത്മീയരംഗത്തെ പ്രജ്വലമാക്കി. കാശിയിലെ ക്ഷേത്രങ്ങളും, ആശ്രമങ്ങളും ഭാരതത്തിലെ ജിജ്ഞാസുക്കൾക്കും, മുമുക്ഷുക്കൾക്കും പ്രചോദനമാണ്. ഗോസ്വാമി തുളസിദാസ്, രാമാനന്ദൻ, കബിർദാസ്, ഗുരു തേജ് ബഹാദൂർ സിംഗ്, വല്ലഭാചാര്യൻ, സന്ത് രാം ദാസ്, തൈലംഗ് സ്വാമി തുടങ്ങി പ്രാചീനരായ അനേകം ആചാര്യ ശ്രേഷ്ഠന്മാർ കാശിയിൽ താമസിച്ച് ധ്യാനാദി കർമ്മങ്ങളിലൂടെ ജ്ഞാനവും, മോക്ഷവും നേടിയ കഥകൾ പ്രസിദ്ധമാണ്. കാശി എന്നും ലോകത്തിലെ തന്നെ ഏറ്റവും മഹത്തായ വിജ്ഞാന കേന്ദ്രവുമാണ്.

10
ജഗദ്ഗുരു ശങ്കരാചാര്യ സ്വാമികൾ

കേരളത്തിലെ കാലടിയിൽ ജനിച്ച ശ്രീ ശങ്കരൻ തൻറെ ഗുരുവിനെ അന്വേഷിച്ചു ഉത്തരേന്ത്യയിലേക്ക് പുറപ്പെട്ടു. നർമ്മദാ നദീതീരത്തു വച്ച് ഗുരു ഗോവിന്ദ പാദരെ കണ്ടുമുട്ടുകയും, ശിഷ്യത്വം സ്വീകരിക്കുകയും ചെയ്തു. തൻറെ ഗുരുവിൻറെ ഉപദേശപ്രകാരം ആചാര്യസ്വാമികൾ കാശിയിൽ എത്തി താമസിച്ചു വരവേ ഒരു ദിവസം ചില ശിഷ്യന്മാർ വീഥികളിലൂടെ സഞ്ചരിക്കുമ്പോൾ ഒരാൾ നാല് നായ്ക്കളുടെ കൂടെ എതിരെ വരുന്നത് കണ്ടു. അടുത്തെത്താറായപ്പോൾ ആചാര്യസ്വാമികൾ അയാളോട് മാറി നിൽക്കൂ എന്നു പറഞ്ഞു. ഉടനെ അയാൾ ചോദിച്ചു "മാറി നിൽക്കണം എന്ന് പറയുന്നത് ആരോടാണ്, ഈ ശരീരത്തോടൊ, അതോ ആത്മാവിനോടൊ". അയിത്താചാരം നിലനിന്നിരുന്ന നാട്ടിൽ നിന്നെത്തിയ ആചാര്യസ്വാമികൾക്ക് അദ്വൈതസിദ്ധാന്തത്തിൻറെ പൊരുൾ വ്യക്തമാകാൻ ഇതിൽ കൂടുതൽ എന്തു വേണം. തന്നോട് മൊഴിഞ്ഞത് സാക്ഷാൽ പരമശിവൻ തന്നെയാണെന്നും, നായ്ക്കളൊയ് കണ്ടത് നാല് വേദങ്ങൾ ആണെന്നും ആചാര്യസ്വാമികൾക്ക് ബോധ്യമായി.

കാശിയുടെ ദക്ഷിണ ഭാഗത്ത് നിരഞ്ജനേശ്വര മഹാദേവനെയും, കാളിദേവിയേയും ആചാര്യസ്വാമികൾ പ്രതിഷ്ഠിച്ചു. ആ സുമേരു മഠം ഇന്നും പ്രസിദ്ധമാണ്. വേദവ്യാസമഹർഷിയും കാശിയിൽ വച്ച് ആചാര്യസ്വാമികൾക്ക് ദർശനം നൽകുകയുണ്ടായി എന്നാണ് ഐതിഹ്യം.

വ്യാസോപദേശപ്രകാരം ജഗദ്ഗുരു ശങ്കര ഭാഗവത് പാദർ ശ്രീമദ് ഭഗവത്ഗീത, ബ്രഹ്മസൂത്രം, ഉപനിഷത്തുകൾ എന്നിവയ്ക്ക് ഭാഷ്യം രചിക്കുകയും മണികർണ്ണികാ സ്തോത്രം ഉൾപ്പെടെ നിരവധി ഗീതങ്ങൾ രചിക്കുകയും ചെയ്തു.

കാശിയെന്ന തപോഭൂമിയിൽ ധാരാളം ആശ്രമങ്ങളും, മഠങ്ങളും ഉണ്ട്. സംസ്കൃതവും, വേദങ്ങളും, ഉപനിഷത്തുകളും പ്രധാനമായും അവിടെ പഠിപ്പിക്കുന്നു. യോഗ, ആയുർവേദം, ജ്യോതിഷം തുടങ്ങിയവയിൽ നൂറ്റാണ്ടുകളായി ശാസ്ത്രീയപഠനം നിർവഹിക്കപ്പെടുന്നു. അത് ഇന്നും ഈ ജ്ഞ്യാന ഭൂമിയിൽ നിർവിഘ്നം തുടരുന്നു.

11

കുമാരസ്വാമി മഠം

ജഗദ് ഗുരു ആദിശങ്കരാചാര്യ സ്വാമികൾക്കു ശേഷം ദക്ഷിണ ഭാരതത്തിൽ നിന്നും കാശിയിലെത്തിയ യതിവര്യനാണ് സദ്ഗുരു ശ്രീ കുമാര ഗുരുപരാർ സ്വാമികൾ. കേദാർ ഘാട്ടിലാണ് ശ്രീ കുമാര സ്വാമി മഠം. പതിനേഴാം നൂറ്റാണ്ടിലാണ് സ്വാമികൾ ഈ മഠം സ്ഥാപിച്ചത്. മഹാനായ വേദാന്ത ദർശി, അനുഗ്രഹീത ഭക്തകവി, തമിഴ്, ഹിന്ദി തുടങ്ങിയ ഭാഷകളിൽ അദ്വതീയനായ പ്രഭാഷകൻ എന്നീ നിലകളിൽ പ്രശോഭിച്ച സ്വാമികൾ തമിഴ് നാട്ടിൽ തിരുനെൽവേലിയിലാണ് ഭൂജാതനായത്. ജന്മനാ കവിയും പ്രതിഭാശാലിയുമായിരുന്ന കുമാരഗുരു തൻറെ ആത്മീയഗുരുവിനെ അന്വേഷിച്ച് വീടുവിട്ടിറങ്ങി. ധർമ്മപുരം മഠത്തിലെ പൂജ്യ സ്വാമി മസിലാമണി ദേശികനിൽ നിന്നും ശിഷ്യത്വം സ്വീകരിച്ചു. സ്വാമിയുടെ നിർദ്ദേശപ്രകാരം കാശിയിലെത്തിയ കുമാരഗുരുപരാർ ദേവതാ ഉപാസനക്കൊപ്പം അനേകം കീർത്തനങ്ങൾ രചിക്കുകയും ചെയ്തു.

അക്കാലത്ത് കാശി മുഗൾ ഭരണത്തിലായിരുന്നു. പണ്ഡിതനും, ഉപനിഷത്ത് പേർഷ്യൻ ഭാഷയിലേക്ക് വിവർത്തനം ചെയ്യുകയും ചെയ്ത ദാരാ ഷിക്കോഹ്

ആയിരുന്നു ഭരണാധികാരി. മുഗൾ ഭരണാധികാരികളെ സന്ദർശിക്കാൻ സന്യാസിമാർക്ക് വിലക്കുള്ള കാലത്ത് ശ്രീ ഗുരുസ്വാമികൾ ദാരായെ കാണാനെത്തി. പക്ഷേ കാവൽഭടന്മാർ തടഞ്ഞു.

സിംഹത്തിനെ പുറത്തുകയറി വന്നാൽ അനുവദിക്കാം എന്നായി ഭടന്മാർ. സ്വാമി സിംഹത്തിനെ പുറത്തുകയറി ഭരണാധികാരിയുടെ മുന്നിലെത്തിയപ്പോൾ ദർബാറിൽ ഉണ്ടായിരുന്നവർ ആശ്ചര്യപ്പെട്ടു. ദേരാ രാജാവ് ബഹുമാനാദരങ്ങളോടെ സ്വാമികളെ സ്വീകരിച്ചു. കാശിയിൽ ഒരു മഠം സ്ഥാപിക്കുന്നതിന് വേണ്ട സ്ഥലവും നൽകി. അവിടെയാണ് ശ്രീ കുമാരസ്വാമി മഠവും, ക്ഷേത്രവും സ്ഥിതി ചെയ്യുന്നത്. കാശീ തീർത്ഥാടകർക്ക് കുമാരസ്വാമി മഠം അഭയസ്ഥാനമാണ്, പ്രത്യേകിച്ച് ദക്ഷിണേന്ത്യക്കാർക്ക് താമസമൊരുക്കുന്നു.

12

ശ്രീ വല്ലഭാചാര്യരുടെ സ്വാമി മഠം

ഭാരതത്തിലുടനീളം സഞ്ചരിച്ച് ശുദ്ധ അദ്വൈതസിദ്ധാന്തം പ്രചരിപ്പിച്ച ശ്രീവല്ലഭാചാര്യസ്വാമികളുടെ സന്നിധി ഹനുമാൻ ഘാട്ടിലുണ്ട്. അതുകൊണ്ടുതന്നെ വൈഷ്ണവ ധർമ്മാനുയായികളുടെ സന്ദർശന കേന്ദ്രമായും സ്വാമികളുടെ മഠം അറിയപ്പെടുന്നു.

ശ്രീവല്ലഭ ആചാര്യസ്വാമികളുടെ ആരാധനാമൂർത്തിയായ ശ്രീ മുകുന്ദരായി ക്ഷേത്രവും കാശിയിലുണ്ട്. ഈ ക്ഷേത്രത്തിലെ രഥോത്സവം പ്രസിദ്ധമാണ്.

തൈലംഗ് (ത്രൈലങ്) സ്വാമി മഠം

പഞ്ച ഗംഗാ ഘാട്ടിനടുത്താണ് സദ്ഗുരു ബാബ തൈലംഗ് സ്വാമിയുടെ ആശ്രമം. ആന്ധ്രാപ്രദേശിലെ വിജയ നഗരം ഗ്രാമത്തിലാണ് സ്വാമികൾ ഭൂജാതനായത്. മാതാവിൻറെ മരണശേഷം അദ്ദേഹം കാശിയിൽ എത്തി, ഒരിക്കൽ ശ്മശാനത്തിൽ എത്തി അവിടുത്തെ ഭസ്മം വാരി ദേഹമാകെ പൂശി കൗപീന ധാരിയായി ധ്യാനനിരതനായി കഴിയവെ ശ്മശാനേശ്വരൻറെ അനുഗ്രഹത്താൽ പല സിദ്ധികളും അദ്ദേഹത്തിന് കൈ വന്നു.

ആ അദ്ഭുത സിദ്ധികളുടെ പല കഥകൾ ഇന്നും കാശി നിവാസികൾ പറയാറുണ്ട്. ഗംഗാ നദിക്കരയിലെ പഞ്ചഗംഗാ ഘാട്ടിനടുത്താണ് സ്വാമികളുടെ സമാധി സ്ഥാനം. ക്ഷേത്രത്തിലെ പ്രതിഷ്ഠ വലിയ ശിവലിംഗമാണ്. നാല് ആളുകൾ ചേർന്നാൽ മാത്രം എടുക്കാൻ കഴിയുന്നത്ര ഭാരമുള്ള ഈ ശിവലിംഗം സ്വാമികൾ തനിച്ചാണ് കൊണ്ടുവന്ന് പ്രതിഷ്ഠിച്ചത് എന്നാണ് പറയപ്പെടുന്നത്. പഞ്ചഗംഗാ ഈശ്വരൻ എന്ന പേര് ആ മൂർത്തിക്ക് നൽകിയതും സ്വാമികളാണ്. മംഗള കാളിയെയും, കാലഭൈരവനേയും പ്രതിഷ്ഠിച്ച് ശക്തി യന്ത്രവും അവിടെ സ്വാമികൾ സ്ഥാപിച്ചു. സ്വാമിജി ഉപയോഗിച്ചിരുന്നതായി കരുതുന്ന ജപമാലയും കമണ്ഡലുവും ആ പുണ്യാശ്രമത്തിൽ കാണാം.

13

കർപ്പാത്രി സ്വാമികൾ

ഹൈന്ദവ ധർമ്മ പുനരുദ്ധാരണത്തിനായി കാശിയിൽ ധർമ്മസംഘം രൂപീകരിച്ച് പ്രവർത്തിച്ച സന്ന്യാസിവര്യനായിരുന്നു ശ്രീ കർപ്പാത്രി സ്വാമികൾ. 1907-ൽ ഉത്തർപ്രദേശിലെ വിദ്യാ കേന്ദ്രമായ നരവര ഗ്രാമത്തിൽ ജനിച്ചു വളർന്നു കൂടെ സംസ്കൃത പഠനവും നടത്തി. ഹിമാലയത്തിലെ ജ്യോതിർ മഠത്തിൽ വളരെക്കാലം മഠാധിപതി ആയിരുന്ന ശേഷം കാശിയിലെത്തി. കൗപീനം മാത്രം ധരിച്ച് ഭിക്ഷയ്ക്കായി സ്വന്തം കരങ്ങൾ മാത്രം ഉപയോഗിച്ചിരുന്ന സ്വാമികളെ കർപ്പാത്രി സ്വാമികൾ എന്നു വിളിച്ചു പോന്നു. കാശിയിൽ വച്ച് നിരവധി പ്രബന്ധങ്ങൾ രചിക്കുകയും, അനേകം പ്രഭാഷണങ്ങൾ നടത്തുകയും ചെയ്തു. കാശിയിലെ തീർത്ഥയാത്രയായ പഞ്ചക്രോശി യാത്ര വിധിപ്രകാരം ആരംഭിച്ചത് സ്വാമികൾ മുൻകൈ എടുത്തിട്ടാണെന്ന് പറയപ്പെടുന്നു. സ്വാമിജി സമാധിയാകുന്നതുവരെ ആ നടത്തം സ്വാമിജി സ്വയം തുടർന്നുകൊണ്ടേയിരുന്നു.

14

പഞ്ച ദശാനാം ആവാഹൻ ആശ്രമം

ദശാശ്വമേധ ഘാട്ടിലാണ് കേരളീയനായ ശ്രീമദ് സോമശേഖര ഭാരതി സ്വാമികളുടെ കാശിയിലെ വാസസ്ഥാനമായ പഞ്ച ദശാനാം ആവാഹൻ ആശ്രമം സ്ഥിതി ചെയ്യുന്നത്. ഭാരതത്തിലെ പുണ്യ ആശ്രമങ്ങളും, മഹാക്ഷേത്രങ്ങളും വലംവെച്ച് കൂടെ പോകുന്നവരെ സഹായിച്ചും, അദ്ധ്യാത്മികമായി മോക്ഷമാർഗ്ഗത്തിലേക്ക് സ്വയം ഉയരുകയായിരുന്നു സ്വാമിജി. അലഹബാദിലെ കുംഭമേളയിൽ പങ്കെടുത്ത് തൻറെ ആത്മീയ ഗുരുവായ ശ്രീ ശംഭു പഞ്ച ദശാനാം ആവാഹൻ ആശ്രമം അധ്യക്ഷൻ സദ്ഗുരു ഭട്ടേശ്വർ ഭാരതിയിൽ നിന്നും സന്യാസ ദീക്ഷ സ്വീകരിക്കുകയുണ്ടായി. മലയാളികളായ തീർത്ഥാടകർക്ക് തുണയായി കാശി, മധുര, ദ്വാരക തുടങ്ങിയ സ്ഥലങ്ങളിലേക്ക് അവരെക്കൊണ്ട് പൊയ്ക്കൊണ്ടിരുന്നു.

15

ശ്രീമദ് ഹരിഹര ബാബ ആശ്രമം

കാശിയിലെ അസി ഘാട്ടിലാണ് ദിഗംബര സന്യാസിയായ ശ്രീമദ് ഹരിഹര ബാബ വസിച്ചിരുന്നത്. ആദ്യകാലത്ത് ഗംഗാ മാതാവിൻറെ മടിത്തട്ടിൽ ഒരു തോണിയിൽ ഇരുന്നായിരുന്നു ഉപാസന. ഒരിക്കൽ ശിഷ്യന്മാരുമൊത്ത് ഗലിയിലൂടെ നടക്കുമ്പോൾ വിജനമായ പ്രദേശത്ത് വെച്ച് കാലിൽ ഒരു മുള്ള് തറച്ചു. അക്കാലത്ത് അവിടെ ധാരാളമായി കാണപ്പെട്ടിരുന്ന ചെടിമുള്ളായിരുന്നു അത്. ശിഷ്യന്മാർ അത് വലിച്ചൂരി, അപ്പോൾ കാലിൽ നിന്നും ധാരാളം രക്തമൊഴുകാൻ തുടങ്ങി. അതുകൊണ്ട് പരിഭ്രമിച്ച ശിഷ്യന്മാരോട് സ്വാമികൾ ഇങ്ങനെ പറഞ്ഞു. "പേടിക്കേണ്ട ഇനിമേൽ ഇവിടെ ഇങ്ങനെ ഒരു ചെടി ഉണ്ടാകില്ല". പിൽക്കാലത്ത് അങ്ങനെ സംഭവിച്ചു എന്നാണ് പറയപ്പെടുന്നത്. സ്വാമികളുടെ ആശ്രമത്തിൽ നിന്നും സദാസമയവും രാമമന്ത്ര ധ്വനികൾ ഉയരുന്നുണ്ട്. നൂറ്റാണ്ട് കാലമായി അത് തുടരുന്നു എന്നാണ് അറിയാൻ കഴിഞ്ഞത്.

16

ശ്രീ ബാബ കിനാരാം ആശ്രമം

ശിവാലാ ഘാട്ടിനടുത്ത് രവീന്ദ്രപുരി കോളനിയിലാണ് അഘോര സന്യാസി ശ്രീ ബാബ കീനാരാമിന്റെ ആശ്രമം സ്ഥിതി ചെയ്യുന്നത്. അഘോര സന്യാസിമാർ അധികവും ആരാധിച്ചിരുന്നത് ഭൈരവൻമാരെയാണ്. കുട്ടിക്കാലം മുതൽ രാമനാമ ജപത്തിൽ മുഴുകിക്കഴിഞ്ഞിരുന്ന കീനാരാം ഒരു വൈഷ്ണവ യോഗിയുടെ ശിക്ഷണത്തിലാണ് സാധനമുറകൾ അഭ്യസിച്ചിരുന്നത്. അക്കാലത്ത് കാശിയിലുണ്ടായിരുന്ന അഘോര സന്യാസി ശ്രേഷ്ഠനായ ശ്രീ കാലുരാം സ്വാമികൾ ക്രീം കുണ്ഡിൽ താമസിച്ചിരുന്നു. ധാരാളം സിദ്ധികൾ സ്വായത്തമായിരുന്ന കാലുരാം ശവ സാധനയും നടത്തുമായിരുന്നു.

ഒരുദിവസം കീനാരാം കാലുരാമിനെ കാണാനെത്തി. അർദ്ധ രാത്രിയായപ്പോൾ കീനാരാം ശ്മശാനഭൂമിയിൽ എത്തി കുറെ കടകൾ വിതറി. ഉടൻ പാവകളെപ്പോലെ കുറെ തലയോട്ടികൾ വന്ന് ധാന്യങ്ങൾ ഭക്ഷിക്കാൻ തുടങ്ങി. ആ ദൃശ്യം കണ്ടതോടെ കീനാരാം അവിടെ നിന്നും തിരിച്ചു പോയി. പിറ്റേന്നും അതേ സമയം ബാബ കാലുരാം വന്ന് കടല വിതറിയെങ്കിലും തലയോട്ടികൾ വന്നില്ല. ബാബ ചുറ്റും

നോക്കി അപ്പോഴാണ് ഒരു വൃക്ഷത്തെ മറഞ്ഞുനിൽക്കുന്ന കീനാരാമിനെ കണ്ടത്. താൻ മൂലമുണ്ടായ പിഴവ് മറക്കാനെന്നവണ്ണം കാലുരാമിനോട് വിശക്കുന്നു എന്ന് കീനാരാം പറഞ്ഞു. ഗംഗാ തീരത്തേയ്ക്ക് നീങ്ങിയ കാലുരാം ഗംഗാ മാതാവിനോട് ഒരു മത്സ്യത്തെ തരണമെന്ന് അപേക്ഷിച്ചു. പൊടുന്നനെ ജലത്തിന് മുകളിൽ നിന്നും ഒരു മത്സ്യം ഉയർന്ന് വന്ന് ശ്മശാനത്തിലെ അഗ്നിയിൽ വീണു. അവർ രണ്ടു പേരും കൂടി ആ മത്സ്യം ഭക്ഷിച്ചു. പിൽക്കാലത്ത് കീനാരാം കാലുരാം ബാബയുടെ ശിഷ്യനായി.

കീനാരാം ആശ്രമത്തിലേക്ക് പ്രവേശിക്കുന്ന കവാടത്തിൻറെ മുകളിൽ രണ്ടു വശത്തും ഇന്നും തലയോട്ടിയുടെ രൂപങ്ങൾ കാണാം. ആശ്രമ മന്ദിരത്തിനകത്ത് സ്വാമിമാരുടെ പ്രതിമകൾ ഉണ്ട്. ആശ്രമ പറമ്പിൽ തീർത്ഥകുളവും ഉണ്ട്. സന്ദർശകർ വിഭൂതി സ്വീകരിച്ച് മടങ്ങുന്നു.

17

മഹാവീര സന്നിധി

ജൈനമതക്കാരുടെ തീർത്ഥാടനം എന്ന നിലയിലും കാശി പ്രസിദ്ധമാണ്. ഇരുപത്തിമൂന്നാമത്തെ തീർത്ഥങ്കരനായ ശ്രീ പാർശ്വനാഥൻ ഭേലുപ്പൂരയിൽ ജനിച്ചു എന്നാണ് വിശ്വസിക്കുന്നത്. രാം ഘാട്ടിൽ വെച്ച് തീയിൽ വെന്തു നീറി കൊണ്ടിരുന്ന രണ്ട് സർപ്പങ്ങളെ ശ്രീ പാർശ്വനാഥൻ രക്ഷിച്ചതായിട്ടുള്ള കഥ കാശി നിവാസികൾ പറയാറുണ്ട്. കാശി സന്ദർശിക്കുന്ന എല്ലാവരും ഈ തീർത്ഥാടന കേന്ദ്രത്തിലും എത്തുന്നു.

18

സാരനാഥ്

കാശിയിൽ നിന്നും 15 കിലോമീറ്റർ അകലെയാണ് ബുദ്ധമതക്കാരുടെ പ്രസിദ്ധ തീർഥാടനകേന്ദ്രമായ സാരനാഥ്. ബീഹാറിലെ ഗയയിലെ ബോധി വൃക്ഷ ചുവട്ടിലിരുന്ന് ധ്യാനിച്ച് ശ്രീ ബുദ്ധന് ബോധോദയം ഉണ്ടായി. അതിനുശേഷം സാരനാഥിലെത്തി അനുയായികൾക്ക് ആദ്യത്തെ ധർമ്മോപദേശം നൽകുകയും ചെയ്തു. അങ്ങനെ സാരനാഥ് പ്രശസ്തമായി. 'സാരാ' എന്നാൽ ഉപദേശം എന്നും 'നാഥ' എന്നാൽ ജീവന്റെ ഭാഗമായി എന്നുമാണ് അർത്ഥം. തുടർന്ന് ബുദ്ധ ഭഗവാൻ ജനങ്ങളെ അഭിസംബോധന ചെയ്തതും അവിടെവെച്ചാണ്. അശോക ചക്രവർത്തി ബുദ്ധമത പ്രചരണാർത്ഥം നിർമ്മിച്ച അശോകസ്തംഭവും, ബുദ്ധ ക്ഷേത്രവും ഇവിടെ ഉണ്ട് . ബുദ്ധ സ്തൂപം ആണ് ഇവിടത്തെ മുഖ്യ ആകർഷണം. 43 അടി ഉയരവും 93 അടി വ്യാസവുമുള്ള വൃത്താകൃതിയിലുള്ള ഈ സ്തൂപം അതി മനോഹര കാഴ്ചയാണ്. ടിബറ്റ്, ചൈന, ജപ്പാൻ എന്നീ രാജ്യക്കാരുടെ ബുദ്ധക്ഷേത്രങ്ങളും കാണാം. ക്ഷേത്രങ്ങളിലെ പ്രതിമകളും വലിയ മണി ചക്രങ്ങളും വേറിട്ട ആത്മീയ കാഴ്ചകളാണ്.

അടുത്തകാലത്ത് കേരളത്തിൽ നിന്നും പാലക്കാട് തപോവരിഷ്ടാശ്രമം മഹാതപസ്വിയും, മഠാധിപതിയുമായ

സദ്ഗുരു തഥാതൻ സ്വാമികൾ ശിഷ്യർക്ക് ധർമ്മസൂത്രം പ്രവചിച്ച് നൽകിയതും ഇവിടെ വെച്ചാണ്. മാനുകളുടെ പാർക്ക് ഉൾപ്പെടെ മറ്റ് നിരവധി കാഴ്ചകളും സന്ദർശകർക്ക് അനുഭവവേദ്യമാകും.

19

കാശിയിലെ കാവ്യസൗന്ദര്യവും സംഗീതവും

ഭാരതത്തിൽ ഭക്തിപ്രസ്ഥാനത്തിൻ്റെ സന്ദേശമുയർത്തിയ തുളസീദാസും, സൂർദാസും, കബീർദാസും ഉൾപ്പെടെയുള്ള മഹാകവികൾ കവിതയുടെ ഗംഗാ പ്രവാഹത്തിലൂടെ വാരണാസിയെ പുളകമണിയിച്ചു. ഭക്തിഗാനങ്ങൾക്ക് കാല്പനികതയുടെ മുഖച്ഛാർത്തണിഞ്ഞ ജയശങ്കർ പ്രസാദ് ബനാറസ്സുകാരനാണ്. പതിനേഴാം നൂറ്റാണ്ടു മുതൽ ശാസ്ത്രീയ സംഗീതത്തിലും, നൃത്തത്തിലും ധാരാളം പരീക്ഷണങ്ങൾ കാശിയിലെ കലാകാരന്മാർ നടത്തിയിരുന്നു. അപ്പാജി എന്നറിയപ്പെട്ടിരുന്ന ഗിരിജാ ദേവി ആയിരുന്നു അതിൽ പ്രധാനി.

പ്രശസ്തരായ നിരവധി സംഗീതജ്ഞർ അനർഗ്ഗളമായി ഒഴുകിയ സ്വരമാധുരിയിൽ അലിഞ്ഞു ചേരാൻ വാരണാസിക്ക് അവസരം ലഭിച്ചു. ഹിന്ദുസ്ഥാനി സംഗീതത്തിൽ ഘരാന എന്നൊരു ശാഖ തന്നെ ഉണ്ടായി. ബനാറസ്സിൻ്റെ പ്രശസ്തി വിശ്വ സംഗീത വേദികളിൽ എത്തിച്ചത് സിത്താർ വിദ്വാനായ പണ്ഡിറ്റ് രവിശങ്കർ ആയിരുന്നു. ശ്രീ രവിശങ്കർ ജനിച്ചതും

കാശിയിലായിരുന്നു. അതുപോലെ ഷെഹ്നായി വിദഗ്ധനായിരുന്ന ഭാരത രത്ന അവാർഡ് ജേതാവായ ബിസ്മില്ലാഹ് ഖാനും സംഗീത വാദ്യാലാപനത്തിലൂടെ കാശിയിലെ ആരാധനാലയങ്ങളെ ഭക്തിസാന്ദ്രമാക്കിയിട്ടുണ്ട്.

20

ഗോസ്വാമി തുളസിദാസ്

ഉത്തർപ്രദേശിലെ രാജ്പൂർ ദേശത്താണ് ഗോസ്വാമി തുളസീദാശിന്റെ ജനനം. കാശിയിൽ വച്ച് പിതാവ് ഉപേക്ഷിച്ചു പോയ തുളസീദാസിന് അന്ന് പന്ത്രണ്ട് വയസ്സ് മാത്രം. അന്നുമുതൽ ആ ബാലന് കാശിയോട് ഒരു ആത്മബന്ധം തോന്നിത്തുടങ്ങി. പിൽക്കാലത്ത് അദ്ദേഹം രചിച്ച വിനയ പത്രിക എന്ന ഗ്രന്ഥത്തിൽ കാശിയെ സർവ്വാഭീഷ്ടദായിനിയായ കാമധേനുവായിട്ടാണ് വർണ്ണിച്ചിരിക്കുന്നത്.

ഗംഗയുടെ മറുകരയിലെ ഗ്രാമത്തിൽ നിന്നും രതനവല്ലി എന്നൊരു യുവതിയെ വിവാഹം ചെയ്ത് ഇക്കരെ താമസമാക്കി. പുരാണ ഗ്രന്ഥങ്ങൾ വായിച്ചും, പൂജാദികർമ്മങ്ങൾ ചെയ്തും തുളസീദാസ് ജീവിച്ചു വരവേ, ഒരു ദിവസം ഭാര്യ സ്വഭവനത്തിലേക്ക് പോയി. ഭാര്യയെ പിരിഞ്ഞിരിക്കാൻ വിഷമമമുള്ളതിനാൽ ഗംഗയുടെ കുത്തൊഴുക്കിനെ പോലും വകവയ്ക്കാതെ നദി നീന്തിക്കടന്ന് രാത്രിയിൽ തന്നെ ഭാര്യയുടെ അടുത്തെത്തി. അപ്പോൾ ഭാര്യ ചോദിച്ചു എന്നോട് ഉണ്ടായിരുന്ന ഈ സ്നേഹം ഭഗവാൻ ശ്രീരാമനോടുണ്ടായിരുന്നെങ്കിൽ അങ്ങേയ്ക്ക് മോക്ഷം കിട്ടാൻ കഴിഞ്ഞേനെ. രതനവല്ലിയുടെ അർത്ഥവത്തായ ഈ വാചകം

തുളസിദാസിന്റെ ജീവിതത്തിന് വഴിത്തിരിവായി. ഭക്തിമാർഗ്ഗത്തിലേയ്ക്കു തിരിഞ്ഞ് തീർത്ഥാടനവും, ആദ്ധ്യാത്മിക ഗ്രന്ഥങ്ങളുടെ രചനയിലും മുഴുകി കഴിഞ്ഞു. "രാമചരിതമാനസം" എന്ന അമൂല്യകൃതിയുടെ കർത്താവെന്ന നിലയിൽ പ്രശസ്തനായ അദ്ദേഹം ഭക്തിപ്രസ്ഥാനത്തിന്റെ ഉന്നത ശീർഷനായ മഹാകവിയായി. ഗംഗയുടെ തിരകളെ മുറിച്ച് ബോട്ടുകളിൽ യാത്രചെയ്യുന്ന തീർഥാടകർ "റാം റാം സീതാറാം" എന്ന് വിളിക്കുന്നത് കേൾക്കുമ്പോൾ ഭസ്മക്കുറിയണിഞ്ഞ സന്യാസിമാരും ഭക്ത ജനങ്ങളും അതേറ്റ് ചൊല്ലും!

21

സന്ത് കബീർദാസ്

ഗംഗയുടെ തീരത്ത് നെയ്ത്തുകാരനായി ജീവിച്ച് മരണമില്ലാത്ത ആദ്ധ്യാത്മിക ഗീതികൾ രചിച്ചത് കബീർദാസ് മാത്രമല്ല രാമായണത്തെ ജനകീയ ഭാഷയിൽ മഹാകാവ്യമാക്കിയ തുളസിദാസ് തുടങ്ങി ഒട്ടേറെ കവികൾ ഗംഗാ തീരത്തെ പ്രചോദനമേറ്റ് സ്വയം മറന്ന് പാടിയവരാണ്.

മഥുരയാണ് കബീറിനെ മനസ്സ്, കാശിയാണ് കബീറിനെ മുഖം, ബ്രഹ്മത്തിലേക്കുള്ള വാതിലാണ് കബീറിൻെറ ശരീരമെന്ന് കാശി കണ്ട് കബീറിനെ അറിഞ്ഞ ആരും സമ്മതിക്കും.

കാശിയിലെ ലഹർതാരാ തടാകത്തിൻെറ കരയിൽ കിടന്നു കരയുന്ന ഒരു അനാഥ ശിശുവിനെ നേരു-നീമ ദമ്പതികൾ എടുത്തുവളർത്തി. അവർക്ക് സന്താനങ്ങളില്ലായിരുന്നു. ഇസ്ലാം മതത്തിൽപ്പെട്ട അവർ നെയ്തു തൊഴിലാളികളായിരുന്നു. സ്നേഹവാത്സല്യങ്ങളോടെ അവർ ആ കുട്ടിയെ വളർത്തി. എഴുത്തും വായനയും പഠിച്ചില്ലെങ്കിലും അവർ നെയ്ത് പഠിച്ചു. കാശിയിൽ കറങ്ങി നടക്കുന്നതിനിടയിൽ പുരാണ പാരായണങ്ങളിൽ ശ്രദ്ധിച്ചും, പണ്ഡിതന്മാരുടെ പ്രഭാഷണങ്ങൾ കേട്ടും കാലം കഴിച്ചു. അങ്ങനെ സ്വായത്തമാക്കിയ അറിവ് തനിക്ക് ചുറ്റുമുള്ള

സാധാരണക്കാർക്ക് പകർന്നു നൽകാനും ആ യുവാവ് മറന്നില്ല.

തുണി നെയ്തുകൊണ്ടിരിക്കുമ്പോൾ കബീർ പാട്ടിൻെറ താളത്തിനൊത്ത് പാടിയിരുന്നത് ഗഹനങ്ങളായ തത്വോപദേശങ്ങളായിരുന്നു. സത്യം, ധർമ്മം, ദയ, ജീവകാരുണ്യം ഒരു ഭക്തൻെറ ഗുണങ്ങളെന്ന് അതിലൂടെ സൂചിപ്പിക്കുന്നു.

എല്ലാവർക്കും സ്വീകാര്യമായ മാനവികതയും ആദർശങ്ങളുമാണ് കബീർ കവിതകളിലെ പ്രതിപാദ്യങ്ങൾ. പതിനഞ്ചാം നൂറ്റാണ്ടിൽ നെയ്ത്തു തൊഴിലാക്കിയ വാരണാസിയിലെ സാധാരണ ജനങ്ങളുടെ സംസാര ഭാഷയിൽ നിന്ന് രൂപം കൊണ്ട പ്രത്യേക ലിപി ഇല്ലാത്ത പാഞ്ച്മേൽ ഭാഷയിലാണ് കബീർദാസ് ദോഹകൾ സൃഷ്ടിച്ചത്. ദോഹ എന്നത് ഹിന്ദി വൃത്തമാണ്. കബീർദാസിൻെറ ഒട്ടനവധി കവിതകൾ ദോഹ വൃത്തത്തിലാണ് എഴുതപ്പെട്ടിട്ടുള്ളത്. കബീറിൻെറ പ്രസിദ്ധമായ ഒരു ദോഹ ഇതാ :

ജ്യോം തിൽ മാഹി തേൽ ഹൈ, ജ്യോം ചകമക് മേം ആഗ്
തേരാ സായി തുജ് ഹീ മേം ഹൈ, ജാഗ് സകേ തോ ജാഗ്.

നിൻെറ ഈശ്വരൻ നിന്റെ ഉള്ളിൽ തന്നെയാണ് സ്ഥിതി ചെയ്യുന്നത്. എപ്രകാരമാണോ പുഷ്പങ്ങളുടെ സുഗന്ധം നമുക്ക് അനുഭവപ്പെടുന്നുണ്ടെങ്കിലും അതിനെ കണ്ണുകൊണ്ട് കാണാൻ കഴിയുന്നില്ല. മനുഷ്യൻ അവൻെറ ഉള്ളിൽ നിറഞ്ഞിരിക്കുന്ന ഈശ്വരനെ മനസ്സിലാക്കാൻ ശ്രമിക്കാതെ ആരാധനാലയങ്ങളിലും, തീർത്ഥസ്ഥാനങ്ങളിലും തേടി നടക്കുന്നു. കസ്തൂരിമാൻ തൻെറ നാഭിയിൽ നിന്നും പുറപ്പെടുന്ന സുഗന്ധത്തെ മനസ്സിലാക്കാതെ ഓരോ പുല്ലും മണപ്പിച്ചു നടക്കുന്നു. ശരിയായ ധ്യാനം കൊണ്ടും, ജപം കൊണ്ടും, സദ് വിചാരം കൊണ്ടും ഈശ്വരനെ

അനുഭവിച്ചറിയാം.

സംഗീത ബോധമുള്ള കവികൾക്ക് മികച്ച ഭക്തിഗാനങ്ങൾ രചിക്കാനും കഴിയുമെന്ന് ഭാരതത്തിലെ ഭക്ത കവികളുടെ ജീവിതകഥകൾ ഓർമ്മിപ്പിക്കുന്നു. ആദ്ധ്യാത്മ രാമായണം കിളിപ്പാട്ട് രചിച്ച മലയാള ഭാഷയുടെ പിതാവ് തുഞ്ചത്ത് രാമാനുജൻ എഴുത്തച്ഛനും, "നാരായണീയം" എഴുതിയ മേൽപ്പത്തൂരും, "ജ്ഞാനപ്പാന" സമ്മാനിച്ച പൂന്താനവും, കൃഷ്ണഗാഥയുടെ കർത്താവായ ചെറുശ്ശേരിയും, മലയാളികൾക്ക് മറക്കാൻ കഴിയാത്ത പ്രിയ കവികൾ എന്നതുപോലെ കാശിയിൽ കാലുകുത്തുന്നവർക്ക് കബീർ ദാസിനേയും മറ്റ് ഭക്തി കവികളെയും ഓർക്കാതിരിക്കാൻ കഴിയില്ല.

ഗംഗയെ എത്രമാത്രം താൻ സ്നേഹിച്ചിരുന്നുവെന്ന് കവി ജഗന്നാഥൻറെ ഓരോ കവിതയും ശ്രദ്ധിച്ചാൽ ആർക്കും മനസ്സിലാകും. ഒരു ശിശിര പ്രവാഹത്തിൽ ഗംഗയുടെ കടവുകളിലൂടെ കടന്നു പോകുന്ന തീർത്ഥാ ടകരോട് കവി പറയുന്നു "ഗംഗയുടെ ഏതെങ്കിലും സ്നാനഘട്ടങ്ങളിലെ പടവുകളിലൂടെ ഇറങ്ങിച്ചെല്ലൂ, ഉറങ്ങുന്ന ഒരു തോണിക്കാരനെ ഉണർത്തൂ, അയാളോട് നിങ്ങളെ മന്ദം മന്ദം നദിയിലൂടെ കൊണ്ടു പോകാൻ പറയൂ, ആ വഞ്ചി മെല്ലെ നീങ്ങുമ്പോൾ നേരം പുലരുന്നതിനു മുൻപ് തവിട്ടുനിറത്തിൽ മിന്നുന്ന ജലം തോണിക്കാരൻറെ തുഴയിൽ ആഞ്ഞടിക്കും. അപ്പോൾ കിഴക്കുദിക്കിലെ ആകാശത്തിലേക്ക് കണ്ണയക്കൂ, അവിടെ ചക്രവാളങ്ങളിൽ ചുവപ്പ് പടരുന്നത് കാണാം. അപ്പോൾ ഗംഗാജലം കൈക്കുമ്പിളിലേന്തി അരയൊപ്പം നദിയിൽ നിൽക്കുന്ന തീർത്ഥാടകരെ ആശീർവദിക്കാൻ സൂര്യ ദേവൻറെ അരുണകിരണങ്ങൾ ഓടിയെത്തും.

ബനാറസിനെപ്പറ്റി കവി ഗാലിബ് പാടി :

"ബനാറസ് ഹരിതശോഭയുടെ സ്വർഗ്ഗമാണ്, ഈശ്വരൻ അതിനെ അസൂയക്കണ്ണുകളിൽ നിന്നും രക്ഷിക്കട്ടെ".

ഭക്ത കവികളെപ്പോലെ വിവിധ സാഹിത്യ ശാഖകളിൽ ശ്രദ്ധേയരായ ധാരാളം എഴുത്തുകാർ കാശിയിൽ ഉണ്ടായിരുന്നു. അതിലൊരാളാണ് ഹിന്ദി സാഹിത്യകാരൻ ശ്രീ പ്രേംചന്ദ്. വാരണാസിയിലെ ലഹമീ ഗ്രാമത്തിലാണ് അദ്ദേഹം ജനിച്ചത്. കുട്ടിക്കാലം മുതൽ കടുത്ത ദാരിദ്ര്യവും കഷ്ടപ്പാടുകളും അനുഭവിച്ചാണ് വളർന്നുവന്നത്. മാതാപിതാക്കളുടെ വേർപാടിനെ തുടർന്ന് കുടുംബ ഭാരവും പേറേണ്ടി വന്നു.

അദ്ധ്യാപകനായും, വിദ്യാഭ്യാസ വകുപ്പിൽ ഉദ്യോഗസ്ഥനായും കഴിഞ്ഞു വരവേ ഗാന്ധിജിയുടെ പ്രസംഗം കേട്ട് ജോലി ഉപേക്ഷിച്ച് സ്വാതന്ത്ര്യസമരത്തിൽ പങ്കെടുത്തു. സ്വരാജ്യസ്നേഹം വളർത്തുന്ന വിധം രചനകളും നിർവഹിച്ചു. തൻറെ തൂലിക ഉപയോഗിച്ചാണ് അദ്ദേഹം മാതൃഭൂമിയുടെ മോചനത്തിനായി പോരാടിയത്. അദ്ദേഹത്തിൻറെ കൃതികൾ കത്തിച്ചു കളഞ്ഞാണ് ബ്രിട്ടീഷ് പട്ടാളം പക തീർത്തത്. നൂറുകണക്കിന് കഥകളെഴുതി എങ്കിലും നോവൽ ചക്രവർത്തി എന്നാണ് അദ്ദേഹം അറിയപ്പെട്ടിരുന്നത്. വിശ്വ സാഹിത്യ രംഗത്ത് പ്രേംചന്ദിൻറെ ഹിന്ദിയിലുള്ള കൃതികൾ ശ്രദ്ധേയമായി.

22

കാശി ഹിന്ദു വിശ്വവിദ്യാലയം

ലോക പ്രസിദ്ധ സർവകലാശാലകളിൽ ഒന്നാണ് കാശിയിലെ വിശ്വ വിദ്യാലയമായ ബനാറസ് ഹിന്ദു യൂണിവേഴ്സിറ്റി. രണ്ടായിരത്തോളം ഏക്കറിൽ വ്യാപിച്ചുകിടക്കുന്ന ഈ സർവകലാശാല 1916 സ്ഥാപിതമായി. മെഡിക്കൽ കോളേജ് ഉൾപ്പെടെ വിവിധ കോളേജുകളും അനേകം ഫാക്കൽറ്റികളും ഉണ്ട്. അവയ്ക്കെല്ലാം അനുയോജ്യമായ കെട്ടിടങ്ങൾ, ലൈബ്രറികൾ, ഗവേഷണ വിഭാഗങ്ങൾ, ഹോസ്റ്റലുകൾ, ക്വാർട്ടേഴ്സുകൾ, ഓഡിറ്റോറിയങ്ങൾ, സ്റ്റുഡിയോകൾ, സ്റ്റേഡിയങ്ങൾ അങ്ങനെ എല്ലാ സൗകര്യങ്ങളുമുള്ള ഏഷ്യയിലെ തന്നെ മികച്ച സർവകലാശാലകളിൽ ഒന്നാണ്.

പണ്ഡിറ്റ് മദൻ മോഹൻ മാളവ്യജിയുടെ അതുല്യ സംഭാവനയാണ് ബനാറസ് ഹിന്ദു സർവകലാശാല. 1861 ഡിസംബർ 25-ന് അലഹബാദിലാണ് മാളവ്യജി ജനിച്ചത്. ബീ. എ. ബിരുദവും, നിയമ ബിരുദവും നേടി അധ്യാപകനായി സേവനമനുഷ്ഠിക്കുമ്പോഴാണ് കൽക്കത്ത കോൺഗ്രസ് സമ്മേളനത്തിൽ പങ്കെടുത്ത് പ്രസംഗിച്ചത്. സ്വാതന്ത്ര്യ സമര രംഗത്ത് സജീവമാവുകയും അദ്ദേഹത്തിന്റെ പ്രസംഗങ്ങൾ

ജനക്കൂട്ടത്തെ ആവേശം കൊള്ളിക്കുകയും ചെയ്തിരുന്നു. സാമൂഹികരംഗത്തെന്ന പോലെ, അദ്ധ്യാത്മിക രംഗത്തും തൻറെ കർമ്മശേഷി പ്രകടിപ്പിച്ചു. 1927-ലെ മഹാ ശിവരാത്രി നാളിൽ ദശാശ്വമേധ ഘാട്ടിൽ വച്ച് ജാതിമതഭേദമന്യേ ധാരാളം ബ്രഹ്മചാരികൾക്ക് മന്ത്രദീക്ഷ നൽകുന്നതിന് മാളവ്യാജി മുൻകൈ എടുത്തു. വിദ്യാലയങ്ങൾ സ്ഥാപിച്ചും, ഗ്രന്ഥരചന നിർമ്മിച്ചും, പ്രഭാഷണങ്ങൾ നടത്തിയും കർമ്മരംഗം വിപുലമാക്കി. കാശിയിലെ ധർമ്മ പ്രചരണത്തിന് ആക്കം കൂട്ടി.

കാശി രാജാവിനോട് ഒരു സർവകലാശാല സ്ഥാപിക്കാനുള്ള സ്ഥലം ആവശ്യപ്പെട്ടപ്പോൾ സൂര്യോദയം മുതൽ സൂര്യാസ്തമയം വരെ നടന്നാൽ എത്ര സ്ഥലം എത്തുമോ അത്രയും സ്ഥലം എടുത്തോളൂ എന്നാണ് രാജാവ് പറഞ്ഞത്. 1917 ഒക്ടോബർ ഒന്നാം തീയതി സർവ്വകലാശാല ആരംഭിച്ചു, അക്കാലത്ത് തിയോസഫിക്കൽ സൊസൈറ്റിയുടെ സ്ഥാപികയായ മിസ്സിസ് ആനി ബസ് സെൻറ് മാളവ്യാജിയുടെ സഹായത്തോടെ കാശിയിൽ ഹൈന്ദവ തത്വശാസ്ത്രം അടിസ്ഥാനമാക്കിയുള്ള സെൻട്രൽ ഹിന്ദു കോളേജ് തുടങ്ങുകയുണ്ടായി. പിൽക്കാലത്ത് അത് ഹിന്ദു സർവകലാശാലയുടെ ഭാഗമായിത്തീരുകയും ചെയ്തു.

സർവകലാശാല കവാടം കടന്നാൽ മനോഹരമായ ഒരു ഉദ്യാനത്തിലേക്ക് ആണ് എത്തുന്നത്. സർവ്വകലാശാല വളപ്പിൽ നവവിശ്വനാഥൻ ക്ഷേത്രവും സ്ഥിതി ചെയ്യുന്നു.

ക്ഷേത്രത്തിനു മുന്നിൽ മാർബിൾ നിർമ്മിച്ച മാളവ്യാജിയുടെ മനോഹരമായ ഒരു പ്രതിമ സ്ഥാപിച്ചിട്ടുണ്ട്. മുഗൾ ഭരണകാലത്ത് കാശി വിശ്വനാഥക്ഷേത്രം തകർക്കപ്പെട്ടപ്പോൾ ആരാധനക്കായി ഇവിടെ ക്ഷേത്രം നിർമ്മിക്കുകയായിരുന്നു. രണ്ടു നിലകളിലുള്ള ക്ഷേത്രം, പ്രധാന ഹാളിലേക്ക് പ്രവേശിച്ചാൽ ശ്രീ മഹാദേവൻ,

പാർവതി, സരസ്വതി, ശ്രീരാമൻ, സീത, ഹനുമാൻ തുടങ്ങിയ പ്രതിഷ്ഠകളും, മണ്ഡപങ്ങളും കാണാം. ശ്യാമശിലയിൽ നിർമ്മിക്കപ്പെട്ട ശിവലിംഗവും, ഭിത്തിയിൽ ആലേഖനം ചെയ്തിട്ടുള്ള വേദവാക്യങ്ങളും, ഗീത ശ്ലോകങ്ങളും ഏറെ ആകർഷകം. രണ്ടാം നിലയിൽ മഹാദേവൻ ഇരിക്കുന്ന വിധത്തിലുള്ള പ്രതിഷ്ഠ. ലക്ഷ്മി നാരായണൻ, മഹാമായ തുടങ്ങിയ പ്രതിഷ്ഠകളുമുണ്ട്. ക്ഷേത്ര ഭിത്തിയിൽ നിന്നും പുരാണ കഥാ ഭാഗങ്ങളെ കൂടാതെ ശ്രീബുദ്ധൻ, ഗുരുനാനാക്ക് തുടങ്ങിയ മഹാത്മാക്കളുടെ പ്രബോധനങ്ങളും വായിച്ചെടുക്കാം.

23

കാശിയിലെ മറ്റു ചില കാഴ്ചകൾ

കാശിയിലെ കാഴ്ചകളെല്ലാം വിജ്ഞാന പ്രധാനമാണ്, അവയിൽ പലതും കൗതുകമുണർത്തുന്നതുമാണ്. അതിലൊന്നാണ് കാശിയിലെ ഇടവഴികൾ. ഗലികൾ എന്നാണ് ഇതിനെ അറിയപ്പെടുന്നത്. പ്രധാന വീഥികളിൽ നിന്നും വശങ്ങളിലേക്ക് വളഞ്ഞും, പുളഞ്ഞും നീളുന്ന ഗലികൾ. സദാ കാൽനടയാത്രക്കാരായ സന്യാസിമാരാലും, തീർത്ഥാടകരാലും, യാചകരാലും, റിക്ഷാവാലകളാലും അലഞ്ഞു തിരിയുന്ന മാടുകളാലും ഇപ്പോഴും സജീവമാണ്. ഞെങ്ങി ഞെരുങ്ങി നിൽക്കുന്ന കെട്ടിടങ്ങൾക്കിടയിലൂടെ ധാരാളം ഇടവഴികളും ഉണ്ട്.

ഈ ഗലികളിലൂടെ അലക്ഷ്യമായി ഒന്നിനും വേണ്ടിയല്ലാതെ ആത്മ വിസ്മൃതി നഷ്ടപ്പെട്ടതുപോലെ അലയുന്ന സഞ്ചാരികൾക്കും, ഗലികളിലൂടെയുള്ള യാത്രയിൽ അവർക്ക് അപൂർവ്വ അനുഭൂതി പ്രതിഫലനമെന്നോണം ലഭിക്കുന്നു. ഒറ്റനോട്ടത്തിൽ സർപ്പത്തിൻറെ ആകൃതി ദർശിക്കാനാവുന്ന ഈ ഇടവഴികളെ കുറിച്ച് അന്വേഷിച്ചാൽ കാശി നിവാസികൾ പറയും പതിനായിരത്തോളം ഗലികൾ കാണുമെന്ന്.

ഈ ഗലികൾ ചേരുന്ന ഭാഗത്ത് മഹലുകൾ അഥവാ തെരുവുകൾ എന്നറിയപ്പെടുന്നു തിരക്കുള്ള കടകളും മറ്റു സ്ഥാപനങ്ങളും കാണാം.

കാശി വിശ്വനാഥ ക്ഷേത്രത്തിലേക്ക് പോകുന്നിടത്താണ് വിശ്വനാഥ ഗലി. പ്രധാന റോഡിൽ നിന്നും അര കിലോമീറ്റർ ദൂരത്തിൽ കൊച്ചുകൊച്ചു ക്ഷേത്രങ്ങൾ, പഴക്കമേറിയ വീടുകൾ, അടുത്തുള്ള കടകൾ, ഈ കടകളിൽ ലോഹങ്ങളിലും, മാർബിളിലും നിർമ്മിച്ച ദേവി വിഗ്രഹങ്ങൾ, പാവകൾ, പൂജാദ്രവ്യങ്ങൾ, സിന്ദൂര കൂനകൾ, സുഗന്ധദ്രവ്യങ്ങൾ, സംഗീതോപകരണങ്ങൾ, മാരിവില്ലിൻെറ വർണങ്ങളിലുള്ള കുപ്പിവളകൾ, തിളക്കമാർന്ന സിൽക്ക്, കോട്ടൻ സാരികൾ. പലതരം മധുരപലഹാരങ്ങൾ, മരുന്നുകൾ, രുദ്രാക്ഷമാലകൾ, പുരാണഗ്രന്ഥങ്ങൾ, ജ്യോതിഷത്തെക്കുറിച്ചും, ഹസ്തരേഖയെക്കുറിച്ചുമുള്ള പുസ്തകങ്ങൾ, വിഭൂതിപ്പൊതികൾ തുടങ്ങിയവയൊക്കെ ഈ ഗലിയിലും ഇതുപോലുള്ള കാശിയിലെ മറ്റു ഗലികളിലും കാണാം.

ദൈനംദിന ജീവിതത്തിലും, മതപരമായ ചടങ്ങുകൾക്കും ആവശ്യമായ ചെമ്പ്, പിച്ചള പാത്രങ്ങളുടെ അത്ഭുത ലോകമാണ് ട്ടട്ടേരി ബസാർ. സുവർണ്ണ കസവുള്ള ബനാറസ് സാരികളും ഇവിടെ വിൽക്കപ്പെടുന്നു.

കൈത്തറി യന്ത്രങ്ങളുടെ ഖര ഖര ശബ്ദത്താൽ മുഖരിതമാണ് എപ്പോഴും മദൻപുര. ഉണക്കാനിട്ടിരിക്കുന്ന പട്ടുനൂൽ കൂട്ടവും, വിൽക്കാൻ ഇട്ടിരിക്കുന്ന പട്ട് സാരികളുടെ കണ്ണഞ്ചിപ്പിക്കുന്ന നിറക്കൂട്ടും ഒരു കാലിഡോസ്കോപ്പിലെന്നപോലെ കൗതുകം ജനിപ്പിക്കുന്ന കാശിയിലെ കാഴ്ച! ജവഹർ കോളനിക്ക് പിന്നിലെ കാശ്മീരി ഗഞ്ചിൽ എത്തിയാൽ എളുപ്പം തിരിച്ചുപോരാൻ തോന്നുകില്ല.

മരപ്പാവകളും, സിന്ദൂരപ്പെട്ടികളും, പൂജാമുറികളിൽ സൂക്ഷിക്കാവുന്ന അലങ്കാര ശില്പങ്ങളും, വീട്ടുപകരണങ്ങളും വാങ്ങാനെത്തുന്നവരുടെ തത്രപ്പാടും തിരക്കും കാണാം.

24

കാശിയിലെ കൊട്ടാരം

കാശിയുടെ ചരിത്രത്തിൽ നിസ്തുലമായ സംഭാവനകൾ നൽകിയ രാജാക്കന്മാർ ഉണ്ടായിരുന്നു. കോട്ടകൊത്തളങ്ങളും, ക്ഷേത്രങ്ങളും, മറ്റ് ആരാധനാലയങ്ങളും അവർ നിർമ്മിച്ചു. ഗംഗയുടെ കരയിൽ രാം നഗറിലെ കോട്ടയ്ക്കുള്ളിൽ ഇപ്പോഴും കൊട്ടാരം കാണാം. 1750-ൽ സിംഗപ്പൂരിൽ നിന്നും രാജ്യത്തിൻറെ തലസ്ഥാനം കാശിയിലേക്ക് മാറ്റിയപ്പോൾ രാജാ ബൽവന്ത് സിംഗാണ്. കൊട്ടാരത്തിലെ നിർമ്മാണം ആരംഭിച്ചതെന്നും രാജാ ചേസിംഗ് പൂർത്തിയാക്കി എന്നുമാണ് പറയപ്പെടുന്നത്. ശിലാ നിർമ്മിത കോട്ടയുടെ കവാടം ഹൃദ്യമായ കാഴ്ച സമ്മാനിക്കും. ഇവിടെനിന്നും ഗുഹാ മാർഗ്ഗത്തിലൂടെ മറുകരയിലെത്താൻ കഴിഞ്ഞിരുന്നതായി ദേശവാസികളായ പ്രായമുള്ളവർ ഓർക്കുന്നു. കൊട്ടാരത്തിലാണ് ജന്തർമന്ദിർ എന്ന വാനനിരീക്ഷണകേന്ദ്രമുള്ളത്. ധാരാളം കാഴ്ചകൾ അതിനകത്ത് പ്രദർശിപ്പിച്ചിരിക്കുന്നു. അതിൽ വിചിത്രമായത് ഒരു നാഴിക മണിയാണ്. ദിവസവും രാവിലെ 10 മണി മുതൽ വൈകുന്നേരം അഞ്ചുമണി വരെയാണ് സന്ദർശന സമയം നിശ്ചയിച്ചിട്ടുള്ളത്. വേദങ്ങളിലും, ഇതിഹാസങ്ങളിലും കാശി രാജാക്കന്മാരെക്കുറിച്ച് പരാമർശമുണ്ട്. ഗഡ്വാളിലെ ചന്ദ്രദേവ്

"

രാജാവിനെപ്പോലെ ഇന്ത്യയുടെ വിവിധ സംസ്ഥാനങ്ങളിലെ രാജാക്കന്മാർ ഇവിടെ ക്ഷേത്രങ്ങളും, ഗംഗാ ഘാട്ടുകളും നിർമ്മിച്ചിട്ടുണ്ട്. മുഗൾ രാജാക്കന്മാരുടെ ആക്രമണം മൂലം കാശിയിലെ ക്ഷേത്രങ്ങൾ തകർക്കപ്പെട്ടപ്പോൾ ഇവരിൽ പലരും സഹായിക്കാനെത്തി. ഇൻഡോറിലെ റാണി അഹല്യഭായി ഹോൾക്കർ പുതുക്കി പണികഴിപ്പിച്ചവരിൽ എടുത്തു പറയേണ്ട നാമമാണ്.

കാശ് സന്ദർശിക്കുന്നവർക്കും. അവിടെ വസിക്കുന്നവർക്കും ഒരിക്കലും വിസ്മരിക്കാനാവാത്തതാണ് കാശി രാജാക്കന്മാരുടെ ചരിത്രം. ആസക്തി കൂടാതെ ജീവിതം ആസ്വദിക്കുക, ഓരോ ബനാറസിയും അതറിയുന്നു. കാശിയിൽ നമുക്കെല്ലാം ഉണ്ട്. ജീവിത സൗകര്യങ്ങൾ, നല്ല ആഹാരം, നല്ല വസ്ത്രം, നല്ല പാർപ്പിടം, നല്ല വെറ്റില മുറുക്കാൻ പിന്നെ ഒരാൾക്ക് എന്തുവേണം. കാശിയിലെ ഒരു രാജാവ് പണ്ട് പറഞ്ഞ വാക്കുകളാണിത്. വർഷങ്ങൾക്കു മുമ്പു പറഞ്ഞ ഈ വാക്കുകൾ എത്രയോ ശരിയാണെന്ന് വാരണാസിയിലെ മണ്ണിൽ നിന്ന് ഗംഗയുടെ കുളിർ കാറ്റ് നുകരുമ്പോൾ ആർക്കും തോന്നും.

25

തിരുവിതാംകൂർ സത്രം

കാശിയുടെ ചരിത്രത്തിൽ ഇടം തേടാൻ തിരുവിതാംകൂർ രാജകുടുംബത്തിനും കഴിഞ്ഞിരുന്നു. കേരളീയ തീർത്ഥാടകർക്ക് അനുഗ്രഹമായി അഭയസ്ഥാനമായി തിരുവിതാംകൂർ സത്രം ഇന്നും നിലകൊള്ളുന്നു. കേദാർ ഘാട്ടിനടുത്തുള്ള ചൗക്കി ഘാട്ടിലാണ് ഈ സത്രം. ഇതിന് അടുത്തുതന്നെ കൊച്ചിൻ സത്രവും കർണാടക സത്രവും കാണാം.

26

ഭാരത് കലാ മ്യൂസിയം

കാശി ഹിന്ദു വിശ്വവിദ്യാലയ പരിസരത്ത് സ്ഥിതി ചെയ്യുന്നു. മഹാകവി രവീന്ദ്രനാഥ ടാഗോറിന്റെയും, അബനീന്ദ്ര നാഥ ടാഗോറിൻറെയും നേതൃത്വത്തിൽ 1927-ൽ കാശിയിൽ രൂപംകൊണ്ടതാണ് ഈ മ്യൂസിയം. രാവിലെ എട്ടുമണി മുതൽ പന്ത്രണ്ടു വരെയും, ഒന്നര മുതൽ നാലര വരെയുമാണ് പ്രവേശനസമയം.

27

കാശിയിലെ മലയാളിസാന്നിധ്യം

അതിപുരാതനകാലം മുതൽ കേരളത്തിൽ നിന്നും തീർത്ഥാടകർ കാശിയിൽ എത്തിയിരുന്നു എന്നതിന് ധാരാളം തെളിവുകൾ ഉണ്ട്. ഇന്നും ധാരാളം കേരളീയ കുടുംബങ്ങൾ കാശിയിൽ വസിച്ചുവരുന്നു. ഓണാഘോഷം പോലുള്ള കേരളീയ വിശേഷങ്ങൾ ആഘോഷിച്ചും, ഔദ്യോഗിക രംഗത്തും, കലാ സാംസ്കാരിക രംഗത്തും, തനതായ വൈദഗ്ധ്യവും വ്യക്തിത്വവും പ്രകടിപ്പിച്ച് കൊണ്ട് ധാരാളം പേർ ഇന്നും കാശിയിൽ കാശിയിൽ ജീവിക്കുന്നു.

കേരളീയ ഭക്ഷണത്തിൻറെ രുചി വിളമ്പിക്കൊണ്ട് വിഭവസമൃദ്ധമായ ഭക്ഷണം നൽകുന്ന കേരള കഫേയും, കാശിയിൽ സ്ഥിതി ചെയ്യുന്നു. കേരളാ സമാജവും നല്ലനിലയിൽ പ്രവർത്തിച്ചുവരുന്നു.

28

കാശിയില കച്ചൗടി

കാശിയിലെ പ്രസിദ്ധമായ സുപ്രഭാത ഭക്ഷണമാണ് കച്ചൗടി. അത് വാങ്ങാനെത്തുന്നവരുടെ തിക്കുംതിരക്കുമുള്ള ഗലി കച്ചൗടി ഗലി എന്ന് പ്രസിദ്ധമാണ്. ഗംഗാ സ്നാനവും, ക്ഷേത്രദർശനവും കഴിയുമ്പോൾ ഭക്തർ ഈ ഗലിയിൽ എത്തുന്നു. അവർ ഉരുളക്കിഴങ്ങും, ഔഷധഗുണമുള്ള ഇലകളും ചേർത്തുണ്ടാക്കിയ സമോസാ പോലുള്ള പലഹാരവും, ജിലേബിയും മറ്റും കഴിക്കുന്നു, ചിലർ കച്ചൗടിയും. പാലു ചേർത്തുണ്ടാക്കുന്ന വിവിധ പലഹാരങ്ങളും കിട്ടും. കാശിയിൽ മധുര പലഹാരങ്ങൾ നിർമ്മിക്കാനുപയോഗിക്കുന്ന ഖരരൂപത്തിലുള്ള പാലാണ് ഘോവ എന്നറിയപ്പെടുന്നത്. ഈ ഘോവയുടെ പേരിലുള്ള ഒരു ഗലി തന്നെ ഇവിടെയുണ്ട്.

അവിടെ നിന്നും തൈരും വെണ്ണയും മറ്റു ധാരാളം വാങ്ങാൻ കിട്ടും. എല്ലാം ഭക്ഷിച്ചു തീരുമ്പോൾ ബനാറസിലെ വെറ്റിലമുറുക്കാനായ പാനും ചവച്ച് സംതൃപ്തരായാണ് ആളുകളുടെ നടത്തം.

29

ബനാറസിലെ പാൻ
(മുറുക്കാൻ)

കാശിയിലെ ഗൃഹനാഥന്മാർ അതിഥികളെ മുറുക്കാന്റെ തളിക നീട്ടിയാണ് സ്വീകരിക്കുന്നത്. ബനാറസ് പട്ടിനുള്ളതുപോലെ പാനിനും പ്രശസ്തി. വെറ്റില നനച്ച് അടുക്കിവെച്ച കൂമ്പാരത്തിനരികിൽ പിച്ചളപ്പാത്രവും അനുബന്ധ പദാർത്ഥങ്ങളും കൊച്ചു കൊച്ചു പാത്രങ്ങളുമായിരിക്കുന്ന പാൻ ബാലൻമ്മാരെ കാശിയുടെ മുക്കിലും, മൂലയിലും കാണാം. വെറ്റില രണ്ടായി പകുത്ത ശേഷം അതിലൊന്നിൽ ചുണ്ണാമ്പു തേച്ച് കൂടെ അടക്കയും പുകയിലപ്പൊടിയും, കർപ്പൂരവും, കൊട്ടതേങ്ങാപ്പൂലും, ഏലക്കായും കൂടെ അനുയുക്തമായ മധുരപദാർത്ഥങ്ങളും ചേരുന്നതാണ് ബനാറസി പാൻ.

പാൻ മണക്കുന്ന ബാലൻറെ പിന്നിലെ മേശമേൽ ഇരിക്കുന്ന റേഡിയോയിലൂടെ പസിദ്ധമായ ഹിന്ദി ഗാനം ഒഴുകി വരുന്നതു കേൾക്കാം :

"ഖായിക്കേ പാന് ബനാറസ് വാല, ഖുൽ ജായെ ബന്ദ് അകൽ കാ താലാ...."

"ബനാറസിലെ പാൻ കഴിച്ച് എൻറെ ബുദ്ധിയുടെ പൂട്ടു തുറന്നു" എന്ന് "ഡോൺ" എന്ന സിനിമയിൽ കിഷോർകുമാർ

പാടി അമിതാബച്ചൻ അഭിനയിക്കുന്ന ഒരു മനോഹര രംഗമുണ്ട്.

ചരകസംഹിത എന്ന ആയുർവേദ സംബന്ധിയായ ഗ്രന്ഥത്തിൽ പാനിൻറെ 13 ഗുണങ്ങളെപ്പറ്റി പറഞ്ഞിരിക്കുന്നു. ചുമ, ദഹനക്കേട് തുടങ്ങിയ ചില രോഗങ്ങൾ മാറ്റാനും പാനിന് കഴിയുമത്രേ. കാശിയിലെ വെറ്റില വ്യാപാരം ഒന്നു കാണേണ്ടതു തന്നെ. പുലർച്ചെ പുത്തൻ വെറ്റില കെട്ടുകളടങ്ങിയ കുട്ടകൾ ലേലം ചെയ്യുന്ന മൊത്ത കച്ചവടക്കാരെയും കാണാം. മുന്തിയയിനം തളിർവെറ്റിലയെ മഗായി എന്നാണ് വിളിക്കുന്നത്. ബംഗ്ലാമീലാ, കമ്പൂരി, ബനാറസി എന്നീ മറ്റിനങ്ങളും കാണാം.

30
ബനാറസ് സാരി

കാശിയിലെ പട്ടുസാരികൾ ലോകപ്രസിദ്ധമാണ്. അതിപുരാതനകാലം മുതൽ പ്രമുഖ വ്യാപാര കേന്ദ്രമായിരുന്ന കാശിയിൽ നിന്നും സ്വർണവും വെള്ളിയും ഉപയോഗിച്ചു നിർമ്മിച്ച പട്ടുസാരികൾ വിദേശരാജ്യങ്ങളിലേക്ക് കയറ്റുമതി ചെയ്തിരുന്നു എന്നത് ചരിത്രം. കാശിയിലെ ഗലികളിലൂടെ നടക്കുമ്പോൾ നെയ്തു കേന്ദ്രങ്ങൾ കാണാം. ലോഹതാ, ഗോൾക്കർ എന്നിങ്ങനെ നിരവധി ബസാറുകളിൽ ബനാറസ് സാരി ലേലം ചെയ്തു വിൽക്കുന്നത് കാണാം.

31

കാശിയിലെ കഥകൾ

ഏതൊരു രാജ്യത്തും പറഞ്ഞു കേൾക്കാറുള്ളത് പോലെ നാടോടികഥകൾ കാശിയിലും ധാരാളം കേൾക്കുന്നുണ്ട്. അതിൽ ഒരു കഥ ഇതാ...

പണ്ട് മഗധയിലെ രാജാവായിരുന്ന സോമ ശർമ്മ തികഞ്ഞ ഭക്തനും, മികച്ച നീതിമാനും ആയിരുന്നു. അദ്ദേഹത്തിൻറെ ഭാര്യ കാന്തി സൽസ്വഭാവിയും, കർത്തവ്യ നിപുണയുമായിരുന്നു. നാട്ടു രാജാവായ സോമ ശർമ്മയുടെ സാമർത്ഥ്യത്തിൽ സംതൃപ്തനായ ചക്രവർത്തി അദ്ദേഹത്തിന് ധാരാളം സമ്പത്തും നൽകി. അതിൻറെ നല്ലൊരു ഭാഗം അദ്ദേഹം പാവപ്പെട്ടവർക്ക് നൽകി. സോമ ശർമ്മയുടെ യശസ്സ് വർദ്ധിച്ചു.

ഐശ്വര്യ സമൃദ്ധമായ രാജ്യത്ത് ഭരണം തുടരവേ സോമ ശർമ്മക്ക് ദുഃഖത്തിൻറെ നാളുകളും വന്നുകൂടി. മകൻ ഗുണശേഖരൻ മദ്യപാനിയും, ദുർനടത്തുകാരനുമെന്ന് പാട്ടായി. കുടുംബ വഴക്കിനെ തുടർന്ന് ഗുണ സാഗരൻ ഭാര്യയെ അവരുടെ വീട്ടിൽ കൊണ്ടാക്കി. അപമാനിതരായ മാതാപിതാക്കൾ കിണറ്റിൽ ചാടി ജീവനൊടുക്കി. മാതാപിതാക്കളുടെ മരണശേഷം പശ്ചാത്താപ വിവശനായി ഗുണശേഖരൻ കാശി യാത്രയ്ക്ക് പുറപ്പെട്ടു. നടന്നു വലഞ്ഞ്

കാശിയിലെത്തി ഗംഗയിൽ കുളിച്ചു. തൊട്ടടുത്തു കണ്ട ക്ഷേത്രത്തിൽ തൊഴുതു മടങ്ങുമ്പോൾ ഒരു സന്യാസിവര്യനെ കണ്ടു. അദ്ദേഹത്തിൻറെ കാൽക്കൽ വീണ് നമസ്കരിച്ചശേഷം കണ്ണീരോടെ നടന്ന കാര്യങ്ങളെല്ലാം പറഞ്ഞു. യോഗി ഗുണസാഗരനെ സമാധാനിപ്പിച്ച് അനുഗ്രഹിച്ച് അനുഭാവപൂർവ്വം കൂടെ കൂട്ടി. കാലക്രമേണ അയാൾ നല്ലവനായിത്തീരുകയും യോഗിവര്യൻറെ ശിഷ്യനായി മാറുകയും ചെയ്തു എന്നാണ് കഥ. ഇങ്ങനെ ധാരാളം ധാരാളം കഥകൾ കാശിയിൽ കേൾക്കാറുണ്ട്.

യുഗാന്തരങ്ങൾ കഴിഞ്ഞാലും കാശിക്ക് നാശം ഇല്ലെന്നാണ് പുരാണവും, ചരിത്രവും ഒന്നുപോലെ സാക്ഷ്യപ്പെടുത്തുന്നത്. ദേവാധിദേവന്മാരാലും, ഋഷീശ്വരന്മാരാലും പ്രകീർത്തിക്കപ്പെട്ട കാശി അനശ്വര സ്ഥാനമാണ്. സപ്തകോടി മഹാമന്ത്രങ്ങളും, നാലു വേദങ്ങളും ഇരുപത്തിയെട്ട് ആഗമങ്ങളും, തൊണ്ണൂറ്റിയാറ് തത്വങ്ങളും, അറുപത്തിനാല് കലകളും ഈ മഹാ നഗരത്തെ അലങ്കരിക്കുന്നു. ആയിരം നാവുള്ള അനന്തന് പോലും കാശി വിശേഷം വർണ്ണിച്ചു തീർക്കാൻ കഴിയില്ലെന്നാണ് പുരാണം. ബനാറസ്സിന് ചരിത്രത്തെക്കാൾ പഴക്കമുണ്ട്, പാരമ്പര്യത്തെക്കാൾ പഴക്കമുണ്ട്, ഐതിഹ്യങ്ങളെക്കാൾ പഴക്കമുണ്ട്, ഇവയെല്ലാം ഒത്തുചേർന്നാൽ അതിനേക്കാളും പഴക്കമുണ്ട് എന്നാണ് ഒരു പാശ്ചാത്യ സാഹിത്യകാരൻ കാശിയെക്കുറിച്ച് രേഖപ്പെടുത്തിയിട്ടുള്ളത്.